மேலும் ஒரு குற்றம்

கிழக்கு பதிப்பக வெளியீடுகளாக சுஜாதாவின் புத்தகங்கள்

மீண்டும் ஜீனோ
நிறமற்ற வானவில்
நில்லுங்கள் ராஜாவே
தீண்டும் இன்பம்
ஆஸ்டின் இல்லம்
அனிதாவின் காதல்கள்
நைலான் கயிறு
24 ரூபாய் தீவு
அனிதா இளம் மனைவி
கொலை அரங்கம்
கமிஷனருக்கு கடிதம்
அப்ஸரா
பாரதி இருந்த வீடு
மெரீனா
ஆர்யபட்டா
என் இனிய இயந்திரா
காயத்ரி
ப்ரியா
தங்க முடிச்சு
எதையும் ஒருமுறை
ஊஞ்சல்
ஓரிரவில் ஒரு ரயிலில்
மீண்டும் ஒரு குற்றம்
விக்ரம்
நில், கவனி, தாக்கு!
வாய்மையே சில சமயம்
வெல்லும்
ஆ..!
வசந்த காலக் குற்றங்கள்
சிவந்த கைகள்
ஒரே ஒரு துரோகம்
இன்னும் ஒரு பெண்
6961
ஜோதி
மாயா
ரோஜா
ஓடாதே
மேற்கே ஒரு குற்றம்
விபரீதக் கோட்பாடு
ஐந்தாவது அத்தியாயம்
மலை மாளிகை
விடிவதற்குள் வா
மூன்று நாள் சொர்க்கம்
பத்து செகண்ட் முத்தம்
கம்ப்யூட்டர் கிராமம்
இளமையில் கொல்

மேகத்தை துரத்தியவன்
ஒரு நடுப்பகல் மரணம்
நகரம்
இதன் பெயரும் கொலை
மண்மகன்
தப்பித்தால் தப்பில்லை
விழுந்த நட்சத்திரம்
முதல் நாடகம்
ஆட்டக்காரன்
ஜன்னல் மலர்
என்றாவது ஒரு நாள்
வைரங்கள்
மேலும் ஒரு குற்றம்
சொர்க்கத் தீவு
கனவுத் தொழிற்சாலை
ஆயிரத்தில் இருவர்
பதினாலு நாட்கள்
உள்ளம் துறந்தவன்
பிரிவோம் சந்திப்போம்
கரையெல்லாம் செண்பகப்பூ
இரண்டாவது காதல் கதை
நிர்வாண நகரம்
குருபிரசாதின் கடைசி தினம்
இருள் வரும் நேரம்
திசை கண்டேன் வான் கண்டேன்
ஆழ்வார்கள் - ஓர் எளிய அறிமுகம்
தேடாதே
விருப்பமில்லாத் திருப்பங்கள்
விரும்பிச் சொன்ன பொய்கள்
கை
ஆதலினால் காதல் செய்வீர்
நூற்றாண்டின் இறுதியில் சில சிந்தனைகள்
அப்பா, அன்புள்ள அப்பா
மிஸ். தமிழ்த்தாயே, நமஸ்காரம்!
சிறு சிறுகதைகள்
வாரம் ஒரு பாசுரம்
வானத்தில் ஒரு மௌனத்தாரகை
கடவுள் வந்திருந்தார்
அனுமதி
ஓலைப் பட்டாசு
சேகா், சிங்கமய்யங்கார் பேரன்
கம்ப்யூட்டரே ஒரு கதை சொல்லு
டாக்டர் நரேந்திரனின் வினோத வழக்கு
நிஜத்தைத் தேடி
பாதி ராஜ்யம்
சில வித்தியாசங்கள்

மேலும் ஒரு குற்றம்

சுஜாதா

கிழக்கு

மேலும் ஒரு குற்றம்
Maelum Oru Kuttram
by Sujatha
Sujatha Rangarajan ©

Kizhakku First Edition: November 2010
112 Pages
Printed in India.

ISBN 978-81-8493-590-5
Title No. Kizhakku 576

Kizhakku Pathippagam
177/103, First Floor,
Ambal's Building, Lloyds Road,
Royapettah, Chennai 600 014.
Ph: +91-44-4200-9603
Email : support@nhm.in
Website : www.nhm.in

Cover Image : Shutterstock

Kizhakku Pathippagam is an imprint of New Horizon Media Private Limited

This book is sold subject to the condition that it shall not, by way of trade or otherwise, be lent, resold, hired out, or otherwise circulated without the publisher's prior written consent in any form of binding or cover other than that in which it is published and without a similar condition including this the rights under copyright reserved above, no part of this publication may be reproduced, stored in or introduced into a retrieval system, or transmitted in any form or by any means (electronic, mechanical, photocopying, recording or otherwise), without the prior written permission of both the copyright owner and the above-mentioned publisher of this book.

'ஒரு ஆளு ஒரு குற்றம் செய்துட்டா, அது அவனைத் துரத்திக்கிட்டே இருக்கும். அதைப் பத்தியே சிந்திச்சுக்கிட்டே இருப்பான். அவங்க என்ன செய்யறாங்க, எப்படிக் கண்டுபிடிக்கிறாங்க... அதையே இன்னும் கொஞ்சம் டீப்பாப் பார்த்தா அவனுக்கு உள்ளுக்குள்ள, ஸப்கான்ஷியஸா அகப்பட்டுக்கணும்னு ஒரு இச்சைகூட இருக்கும்... இல்லை, ஒரு தன்னம்பிக்கையால, ஆணவத்தால. லுக்! ஐ ஹவ் கமிட்டட் எ பர்ஃபக்ட் க்ரைம்... அற்பர்களே! உங்களுக்குத் திறமையிருந்தாக் கண்டுபிடிங்கன்னு... ஒரு அங்கீகாரம்...'

முன்னுரை

தமிழில் மாத நாவல்கள் என்கிற விஷயத்தைப் பற்றி யாரேனும் எம்.ஃ.பில் ஆராய்ச்சி செய்ய லாம். அவற்றின் தோற்றம், அசுர வேக வளர்ச்சி (ஒரு கட்டத்தில் வாரம் இருமுறை 'மாலைமதி' வெளிவந்தது), வளர்ச்சியைத் தொடர்ந்து தவிர்க்க முடியாத வீழ்ச்சி, இவற்றைப் பற்றி நான் அவ்வப்போது குறிப்பிட்டிருக்கிறேன். தமிழர் களின் படிக்கும் பழக்கங்களில் மாற்றம் ஏற்பட்ட தாலும், தொலைக்காட்சித் தாக்கத்தாலும் மாத நாவல்கள் இப்போது வழக்கொழிந்து விட்டன.

மாத நாவல்களின் பொற்காலத்தில் நான் எழுதிய கணேஷ்-வஸந்த் நாவலில் ஒன்று இது. கணேஷ் வஸந்துக்கு வயசாகாதா என்று சமீபத்தில் ஒருவர் கேட்டார். அவர்கள் தோன்றி ஏறத்தாழ 35 ஆண்டுகள் ஆகின்றன. இன்னும் அவர்கள் இளமையாக இருப்பதன் ரகசியம் இதுதான். குற்றங்கள் மாறவில்லை. குற்றங்களைக் கண்டு பிடிக்கும் முறைகள் முன்னேறிவிட்டன. அதற் கேற்ப கணேஷும் வஸந்த்தும் தங்களை மாற்றிக் கொண்டுவிட்டார்கள்.

சுஜாதா

சென்னை,
ஜூன், 2006.

1

சமீப காலமாக கணேஷுக்கு ஒருவித, அதை என்ன சொல்வது, மறதியா அசதியா தெரியவில்லை... வஸந்துடன் பேசிக் கொண்டிருக்கும்போதே திடீர் என்று வெற்றுப் பார்வை பார்ப்பான். கோர்ட்டில் வாதாடிக்கொண்டிருக்கும்போது, சட்டென்று ஒரு கணம் தயங்கி, சொன்னதைத் திருப்பிச் சொல்வான். ராத்திரி படுத்து உறங்கின பத்தாவது நிமிஷம் எழுந்து மிச்ச ராத்திரியை விழித்துக்கொண்டு இருப்பான். காலையில், 'வஸந்த்! என்னது? டூத் பேஸ்ட் ஒரு மாதிரி வாசனை வரது. என்ன எழவு புது பேஸ்ட்டெல்லாம் வாங்கி வரடா?' என்று வஸந்திடம் புகார் செய்தபோது வஸந்த் தீர்மானித்துவிட்டான்.

'பாஸ்! சம்திங் ராங். நீங்க தேய்க்கறது டூத்பேஸ்ட் இல்லை.'

'பின்ன?' என்று தன் பிரஷ்ஷைப் பார்த்துக் கொண்டே கணேஷ், தொலைந்துபோன பார்வையுடன் கேட்டான்.

'ஷேவிங் க்ரீம் பாஸ்! உங்களுக்கு என்னமோ ஆயிருச்சு. உங்களை டாக்டர்கிட்டக் காட்டணும், அடியேனுடைய அபிப்...'

'எதுக்கு? எனக்கு உடம்புக்கு என்ன?'

'அஞ்சு நிமிஷமா வாசனை கிரீமைத் தேச்சுக்கிட்டு இருக்கீங்க. வாய்ல வழ வழன்னு இல்லையா? அவ்வளவு மறதியா?'

'எங்கேயோ யோசனையில் இருந்திட்டேன் வஸந்த்.'

வஸந்த் சிரித்து, 'திஸ் இஸ் சீரியஸ். இன்னிக்கு சாயந்திரம் டாக்டர் வெங்கட்ராமன்கிட்ட அப்பாயின்ட்மெண்ட் எடுத்துக் கிட்டு உங்களை முனிசிபாலிட்டில நாய் பிடிச்சுட்டுப் போறாப் பல அழைச்சுக்கிட்டு போகப்போறேன்.'

'அதெல்லாம் வேண்டாண்டா!'

வஸந்த் விசிக்க ஆரம்பித்தான். 'பாஸ்! உங்களுக்கு ஏதாவது ஆயி பொசுக்குனு போயிட்டீங்கன்னா, இந்த வஸந்த் எவ்வளவு பெரிய வாயும் வயிறுமா அனாதை ஆயிருவான் பாருங்க. எனக்கு நினைச்சாலே அழுகை வரது.'

'எனக்கு ஒண்ணும் இல்லைடா கண்ணா! கொஞ்சம் ஃபெடிக்... அவ்வளவுதான்.'

'ஃபெடிக்னதும் ஞாபகம் வரது. அரேபியால ஒரு ராஜா இருந்தானாம். அவனுக்கு ஒன்பது பெண்டாட்டியாம். ஒன்பது பேரையும் மாத்தி மாத்தி...'

'சொல்லியாச்சு. இந்து பேப்பர் எடு.'

வஸந்த் வாய்விட்டுச் சிரித்தான்.

'என்னடா?'

'ஷேவிங் கிரீம்! என் கர்ள் ஃப்ரண்ட் சுசித்ரா வீட்டில இட்லி கொடுத்தாங்க. மிளகாய்ப் பொடி, எண்ணெய். நல்லெண் ணெய்க்கு பதிலா அந்தம்மா ஹேர் ஆயிலை ஊத்திட்டாங்க. நான் ஒரு விள்ளல் எடுத்துத் தொட்டுக்கொண்டே உள்ளே தள்றேன். நடுநாக்குக்கு மேலே உள்ளே போக மாட்டேங்கறது. 'என்ன வஸந்த்?'ன்னு கேக்கறா சுசித்ரா , ஸ்வீட் கர்ள். 'ஒண்ணுமில்லை சுசித்ரா! எண்ணெய்க்கு பதிலா உங்கம்மா டாம்கோ ஹேர் ஆயில ஊத்திட்டாங்கன்னு சின்னதா அபிப்பராயப்படறேன்'னேன். சுசித்ரா தட்டை எடுத்து மோந்து பார்த்து, 'டாம்கோ இல்லை வஸந்த். காந்த்ரடின் ஹேர் ஆயில்'ங்கறா.'

கணேஷ் அவன் சொன்னதில் கவனமே இன்றி கொட்டாவி விட்டான்.

'ராத்திரி பூரா கொட்டு கொட்டுன்னு முழிச்சுக்கிட்டு இருங்க, பகல்ல பாதாளக்கிடங்கு மாதிரி கொட்டாவி விடுங்க. கோர்ட்ல நேத்திக்கு கேஸுக்கு கேஸ் மாத்திப் பேசினீங்க. டாக்டரைப் பார்த்தே ஆகணும்.'

வஸந்த் பதில் எழுதவேண்டிய கடிதங்களைத் தனிப்படுத்திக் கொண்டிருந்தான்.

முதல் தினம் கணேஷுக்கு வந்த கடிதங்கள் எல்லாம் அடுக்கி வைக்கப்பட்டிருந்தன. இரண்டு திருமண அழைப்பிதழ்கள். ஒரு மின் கட்டண நோட்டீஸ், ஒரு பார் அசோஸியேஷன் அச்சிட்ட கடிதம், ஒரு அனாமதேயக் கடிதம். 'இந்தக் கடிதம் கண்ட உடன் இதைப் பதிமூன்று நகல் எடுத்து பதிமூன்று விலாசங்களுக்கு அனுப்பினால் உடனே உங்களுக்கு வெங்கடாசலபதி சகல சம்பத்துகளும் தருவார். சங்கிலியை உடைக்காதீர்கள். நெல்லிக் குப்பம் வெங்கடேசன் இம்மாதிரி சங்கிலியை உடைத்து மற்ற வர்களுக்கு எழுதாததால் அவருக்கு வேலை போய்விட்டது. உடனே...'

'வாட் நான்சென்ஸ்' என்றான் கணேஷ். 'யார் எழுதியிருக்காங்க?'

'கீழே பேர் இல்லை. அனாமதேயக் கடிதம்.'

'வஸந்த்! இந்த மாதிரி கடிதங்களோட சைக்காலஜி எனக்குப் புரியலை.'

'ரொம்ப சிம்பிள் பாஸ். இந்த ஆளுக்குப் பொழுது போகலை. அவ்வளவுதான். பாஸ் இந்தக் கடிதத்தைப் படியுங்க. க்கும்... 'அன்புள்ள கணேஷ், உங்களைப் பற்றி நிறைய கேள்விப் பட்டிருக்கிறேன். உங்களுடனோ அல்லது உங்கள் சிஷ்யன் வஸந்துடனோ ஒரு பத்து ஆட்டம் சதுரங்கம் (செஸ்) ஆட விருப்பம். எப்போதாவது நேரமிருந்தால் வாருங்கள். இப் படிக்கு உண்மையுள்ள தாமோதர் ஸ்ரீனிவாஸ் ஆர்.ஏ.'

'சரிதான், செஸ் ஆடறதுக்குத்தான் நமக்கு டயம் இருக்காமா?'

'இந்தக் கடிதம் எங்கே இருந்து வந்திருக்கு தெரியுமோ?'

‘மைலாப்பூரா? அங்கதான் ரிடயர்டு செஸ் பிளேயர்ஸ் இருப்பாங்க. ரானடே ஹாலில்...’

‘இல்லை பாஸ்! மெர்க்காராவில் இருந்து, ஸில்வன் ஹைட்ஸ்னு ஒரு எஸ்டேட்டில் இருந்து.’

‘சரிதான். செஸ் ஆடறதுக்கு அங்க போகணுமா?’

வஸந்த் அந்தக் கடிதத்தை மறுபடி படித்தான். ‘ரொம்ப அழகான கையெழுத்து. யாரோ எழுதிக் கொடுத்து கையெழுத்து மட்டும் போட்டிருக்காப்ல இருக்கு. நல்ல வெளிர் நீலத்தில் ஒஸ்தி பேப்பர்.’

‘ஒஸ்தி பேப்பர்லேயே பதில் எழுதிடு. உங்கள் கடிதத்துக்கும் வரவேற்புக்கும் வந்தனம். குடகு மலை இங்கிருந்து சற்றே தூரம் இருப்பதால் வர இயலாமைக்கு வருந்துகிறோம். உங்கள் உண்மையுள்ள கணேஷ்.’

வஸந்த் சிரித்துக்கொண்டே ‘அப்படியே எழுதிடறேன் பாஸ்’ என்றான். இன்னிக்கு என்ன கேஸ் தெரியுமா?’

‘ஏதோ கேஸ். கார்ல போறப்ப சொல்லு போதும்’ என்று படுக்கையில் சாய்ந்த கணேஷை வஸந்த் வினோதமாகப் பார்த்தான். ‘என்ன பாஸ்? ஏதாவது அஜீரணமா இல்லை காதலா?’

கணேஷ் பதில் சொல்லாமல் நிக் கார்ட்டர் புத்தகம் ஒன்றை எடுத்து வைத்துக்கொண்டான். வஸந்த் கவலைப்பட்டான். கணேஷ் நிக் கார்ட்டர் படிப்பதாவது! காஸ்ட்டனேடா படித்துக் கொண்டிருந்த ஆள்! அறையைப் பெருக்க வந்த பெண் ‘கொஞ்சம் ஒதுங்கய்யா’ என்றாள்.

‘நீ என்ன புதுசா?’

‘எங்கம்மாவுக்கு உடம்பு சரியில்லைய்யா.’

‘அப்படியா? உங்கம்மாவுக்குப் பதிலா வந்தியா? பெருக்கு பெருக்கு! நல்லாக் குனிஞ்சு பெருக்கு!’

‘வஸந்த்’ என்று கணேஷ் புத்தகத்திலிருந்து நிமிராமல் அதட்டினான்.

'என்ன பாஸ்? குப்பை ஜாஸ்தியாயிருச்சு.'

'கல்யாண்ஜியோட கவிதை தெரியுமா?'

'சேச்சே! என்ன பாஸ் இது, ஏதோ குழந்தை... ஏ குட்டி, உனக்கு என்ன வயசு?'

'தெரியாதுங்க?'

'உக்காந்திக்கினியா? இல்லையா?'

'என்னங்க?'

கணேஷ் கோபத்துடன், 'இதப் பாரும்மா. இந்த அய்யாகூட பேசாதே. உள்ளே போய் துணியெல்லாம் தோயி. போ. நாங்க எல்லாரும் போனப்புறம் வேலைக்காரன் இருப்பான், அப்ப வந்து பெருக்கு. போதும்.'

அவள் உள்ளே செல்ல, 'பாஸ் நீங்க பண்றது அநியாயம். பாரதி நூற்றாண்டு விழாவில்...'

'ஏய்! உன் மனசுக்குள்ள இருக்கிறது எனக்குத் தெரியாதா என்ன?'

'இந்தப் பெண்ணுக்கு இன்னிக்கெல்லாம் இருந்தா...'

'வஸந்த்! மேலே மேலே பேசி எரிச்சலைக் கிளப்பாதே.'

'என்னமோ பாஸ்! இப்பல்லாம் நான் எது செஞ்சாலும் எரிஞ்சு விழறீங்க. ஒவ்வொரு சமயத்தில் உங்ககிட்ட இருந்து ரிஸைன் பண்ணிடலாம்னு தோணுது.'

'பண்ணிடேன்! யார் வேண்டாம்னாங்க? இப்ப என்ன, என்னை பயமுறுத்தறியா?'

'பாஸ்.'

'நீ இல்லாட்டா என்னால தனியா சமாளிக்க முடியாதுன்னு அபிப்பிராயமா?'

'இல்லை பாஸ். என்னைப்போல அற்பப் பதர்கள் மெட்ராஸ்ல தடுக்கி விழுந்தாக் கிடைப்பாங்க நிச்சயம் தெரியும் எனக்கு. இருந்தாலும் இந்த மாதிரிப் பேசி என் மனத்தைப் புண்

படுத்தறீங்க. நெஞ்சில புதுசா சாணை தீட்டின வேலாப் பார்த்து நுழைக்கிறீங்க. பரவாயில்லை!'

'சும்மா சும்மா இப்படி பயம் காட்டாதே! என்னால தனியா சமாளிக்க முடியும்.'

'அதான் சொல்லிட்டிங்களே!'

'போறதா இருந்தாப் போய்க்க.'

வஸந்த் மிகச்சில சந்தர்ப்பங்களில் மட்டும்தான் முகத்தில் வருத்தம் தெரிவிப்பான். அவனைக் கோபப்படுத்துவது மிகவும் கஷ்டம். அதைவிட அவன் கண்களில் கண்ணீர் வரவழைப்பது.

இப்போது அவன் விழியோரத்தில் கண்ணீர் லேசாகத் தெரிந்தது.

'சரி பாஸ்! என்னைக் கண்டா திடீர்னு உங்களுக்குப் பிடிக்கல்லை. நான் கொஞ்ச நாள் விலகிக்கிறேன். என்ன?'

'சரி'

பிற்பகல் கோர்ட்டில் இருவரும் சரியாகப் பேசிக்கொள்ள வில்லை. சண்டை போட்டுக்கொண்ட புருஷன் பெண்டாட்டி போல இருந்தார்கள். கணேஷ் ஒரு லா பாயிண்ட்டுக்காகத் தயங்கும்போது, உடனே அந்தப் பக்கத்தைக் குறித்துவைத்து வஸந்த் மௌனமாகக் காட்டுவான். பேச்சுவார்த்தை கிடையாது. காண்டீனில் இருவரும் தனித்தனி மேசையில் சாப்பிட்டார்கள். கணேஷ் அவனிடம் சொல்லாமல் கார் எடுத்துக்கொண்டுபோய் அரை மணி கழித்து, ஒரு ஆர்க்கிடெக்ட்டுடன் திரும்பிவந்து ஆபீஸ் கட்டடத்தை மாற்றி அமைப்பதைப் பற்றி விசாரித்தான். வஸந்த் நடுவே ஏதாவது பேச முற்பட்டாலும் இருவரும் கவனித் ததாகத் தோன்றவில்லை. இதைவிட, சாயங்காலம் கோர்ட்டு முடிந்ததும் நேராக காரில் பாய்ந்து கணேஷ் ஆபீசுக்குத் திரும்பி வந்துவிட்டது வஸந்துக்கு மிகவும் வருத்தமாக இருந்தது.

என்னடா மயிரு வேலை! இந்தாளை விட்டா எனக்கு வேற வக்கீல் கிடைக்கமாட்டானா? இல்லை, என்னாலதான் தனியாப் போய் பிழைக்க முடியாதா!

சைனா பஜாரைக் குறுக்கிடும்போது பிளாட்பாரத்தில் ஒருத்தன் ஷூ லேஸ், கைக்குட்டை, சேஃப்டி பின், கொண்டை ஊசி

என்று சாமான்களை, ஒரு குடையைக் கவிழ்த்துப்போட்டு விற்றுக்கொண்டிருந்தான். ஷூ லேஸ் விற்று சம்பாதிக்க முடியாதா! 'ஏன்யா உனக்கு ஒரு நாளைக்கு நிகரமா எத்தனை லாபம் கிடைக்கும்?'

'இன்னா லாபம் கெடிச்சா உனக்கென்னய்யா? நீ வாங்குறியா, இல்லைல்ல? பேசாம கம்னு பார்த்துக்கினே போ!'

சே! கேவலம் ஒரு பிளாட்பாரம் வியாபாரிகூட நம்மை மதிக்க மாட்டேங்கறான். கணேஷ் எங்க மதிக்கப் போறார்? ஆச்சரிய மில்லை! இப்ப என்ன செய்யலாம். திரும்பி அந்த அறைக்குப் போனால் மறுபடி உறவு முறிவின் சின்னங்கள். வேறு எங்கே போகிறது?

'வாங்க! டேய், அய்யாவுக்கு தடுக்குப் போடுரா! என்ன? பாத்து நாளாச்சு. வேறே எங்கேயாவது போறீங்களா? இல்லை பழக்கம் போயிருச்சா?'

'எனக்கு எப்பவும் பழக்கமில்லைங்க. எப்பவாவது ஒரு முறை தான் வருவேன்... ரொம்ப ஸ்ட்ராங்காப் போடாதீங்க.'

வில்ஸ் ஃபில்டர் சிகரெட்டின் தூள்கள் நீக்கப்பட்டு, அதற்கு பதில் கரும் பச்சையில் வேறு ஏதோ கெடித்துக் கொடுக்கப்பட, வஸந்த் பற்றவைத்தான். பாயில் உட்கார்ந்தான். பக்கத்தில் ஒருத்தன் அரைகுறையாகப் படுத்திருந்தான். எதிரே சாவி கொடுக்கும் கிராமஃபோன் இருந்தது. அதில் ஒருத்தன் இசைத் தட்டைத் துடைத்து புதுசாக ஊசி போட்டு, கரக்கென்று நிரடிப் பார்த்துவிட்டு, சவுண்ட் பாக்ஸை அமைத்து, ஸ்ஸ்ஸ் என்று ஆரம்பித்து பாட்டுப் போட, வஸந்த் முதல் இழுப்பில் தரை யிலிருந்து சுத்தமாக ஹடயோகிபோல உயர மிதந்தான்.

ப்ரேமையில் யாவும் மறந்தோமே!
ஜீவனம் உன்தன்பே!

'சுப்பலட்சமி, ஜீ என் பாலசுப்ரமணியம். செத்துட்டாரு அவரு.'

என்னை மறந்தேன் மதன மோகனா
நானுன்னை மறவேன்!
உம்மை நான் பிரியேன்!

நானுன்னை மறவேன்!

உம்மை நான் பிரியேன்!

திரும்பத் திரும்ப மறவேன் பிரியேன் மறவேன் பிரியேன் என்று கேட்டுக்கொண்டிருந்தது. வஸந்துக்குள் நிற ரகளைகள் தோன்றின. பெரிசாக ஒரு பூ பிறந்து இன்னும் இன்னும் பெரிசாக விரிந்தது. வரிசையாக க்யூவில் நின்று எல்லோரும் நன்றி மறந்தார்கள்.

'பிரதர்! திருவள்ளுவர் என்ன சொன்னார்?'

பக்கத்தில் உட்கார்ந்திருந்தவன் ரத்த நிறக் கண்களால் அவனை ஏறிட்டுப் பார்த்து, தன் சொந்த நரகத்தைத் தொடர்ந்தான்.

'திருவள்ளுவர் பெரிய ஆளு' என்றான் ஒருத்தன்.

'மைலாப்பூர்ல சிலை இருக்கு.'

'என்னன்றி கொன்றார்க்கும் உய்வுண்டாம் உய்வில்லை

செய்நன்றி கொன்ற கணேஷுக்கு'

'உய்வுன்னா என்ன வாத்தியாரே?'

'உய்' என்று ஒருவன் விஸிலடித்துக் காட்டினான்.

வஸந்த் நின்று பார்த்தான். உலகம் சாய்ந்தது.

'என்னங்க எழுந்திட்டீங்க, போதுமா?'

'நா... நான் வந்தது வேற விசயங்க. நன்றி பத்தி பேசறதுக்கு வந்தேன். ஒருத்தரும் கவனிக்கலை' என்று வஸந்த் சொல்லி முடிப்பதற்குள் அரைமணி ஆயிற்று. தடுமாறி, படிகளில் சரிந்து தெருவுக்கு வந்தான்.

தண்ணீருக்குள் தெரிந்ததுபோல் சின்னக் கால்களுடன் பெரிய தலைக்காரர்கள் நடந்துகொண்டிருக்க வஸந்த், பஸ்ஸை நோக்கி மிதந்தான். வெளியே பேசும்போது சரியாகத்தான் டிக்கெட் கேட்டான். உள்ளுக்குள்தான் ரகளையாக இருந்தது. இழுத்தது போதாது. இருந்தும், உள்ளுக்குள் கோபம் ஒன்று அவனை உந்தித் தள்ளியது. நேராகப் போய் ராஜி ராஜி அது என்னது நாமா... ராஜிநாமா...

லிங்கிச்செட்டி, கொண்டிச்செட்டி தெருவை எல்லாம் கடந்து சந்துக்கு வந்தபோது புதிதாக ஒரு கார் கணேஷின் காருக்குப் பின்னால் நின்றுகொண்டிருந்தது.

யார் இது புதுசாக? வஸந்த் தன் ராஜிநாமாக் கடிதத்தை மனசுக்குள் எழுதிக்கொண்டே நுழைந்தபோது உள்ளே கணேஷ் சோபாவின் மேல் படுத்திருந்தான். அவன் கரத்தில் ஒரு ரத்த அழுத்தக் கருவி சுற்றியிருக்க, டாக்டர் சி. வெங்கட்ராமன் அவனுடன் லேசாகப் பேசிக்கொண்டிருந்தார்.

'டயாஸ்டாலிக் தொண்ணூத்தி மூணு இருக்கு. என்ன பண்ணித்து உங்களுக்கு?'

'ஒரு செகண்ட் அல்லது ஒரு பத்து பதினைஞ்சு செகண்ட் ப்ளாக் அவுட்!'

'எப்ப? படுத்திட்டிருந்து எழுந்தப்பவா?'

'இல்லை. படிச்சுக்கிட்டு இருந்தபோது.'

'லைட்டு கம்மியா இருந்ததா?'

'இல்லையே! இந்த லைட்டுதான்.'

'வேர்த்து கீர்த்து விட்டுதா?'

'இல்லை டாக்டர். கொஞ்சம் ஃபெடிக்குனுதான் நினைக்கிறேன். ஓவர் ஒர்க்கா இருக்கலாம். ஏய் வஸந்த்! எங்க போய்ட்டான்?'

வஸந்த் மவுனமாகப் பார்த்துக்கொண்டிருந்தான்.

'என்ன பாஸ் உங்களுக்கு?' என்றான்.

'பத்து பதினஞ்சு செகண்டு மயக்கம் மாதிரி வந்துருச்சு. பையன் பார்த்துட்டு டாக்டருக்கு போன் பண்ணிட்டான்.

வஸந்துக்கு அவனுக்குள் இருந்த மயக்க உணர்ச்சி அத்தனையும் விலகிப் போய்விட்டது. 'என்னது?' என்று அருகே சென்று கணேஷை நெற்றியில் தொட்டுப் பார்த்தான். இதற்குள் டாக்டர் வெங்கட்ராமன், 'இதப் பாருங்க. இந்த டெஸ்ட்டெல்லாம் நாளைக்கு எடுக்கணும். ஜேஜே பாலிகிளினிக்குல போனா

எல்லா வசதிகளும் அங்கேயே இருக்கு. ஒரே அடியாப் பார்த்துரலாம்' என்றார்.

'என்ன டாக்டர் இவருக்கு?'

'சொல்ல முடியாது. எல்லா டெஸ்ட்டும் எடுத்தப்புறம்தான் சொல்ல முடியும். நாளைக்கு சாயங்காலம் ரிப்போர்ட்டோட வாங்க. இந்த மாத்திரையைப் படுக்கப் போறப்ப ஒண்ணு போட்டுக்கங்க. ராத்திரி சரியாத் தூங்கறீங்களா?'

'இல்லை டாக்டர், சில நாள் எழுந்தர்றேன்.'

'உங்க ஃபேமிலில டயாபடிஸ் உண்டா?'

'தெரியாது டாக்டர்.'

'எதுக்கும் நாளைக்குச் சொல்றேன். ஒரு எஸ்.பி.எஸ் கொலஸ்ட்ரால் ஆல்புமின் ஒரு இஸிஜி. பொதுவா ஒரு தரோ செக்கப். கணேஷ்! கேஸ் கோர்ட்டுன்னு ஒரு நாளைக்கு எத்தனை மணி நேரம் செலவழிக்கிறீங்க?'

'பதினெட்டு மணி நேரம் டாக்டர்' என்றான் வஸந்த்.

'முதல்ல அதைக் குறைங்க. ஒய் நாட் டேக் எ ஹாலிடே ஸம் வேர்? எல்லாத்தையும் ஒரு வாரம் பத்து நாள் மறந்துட்டு எங்கேயாவது தனியாப் போய் இருந்துட்டு ப்ரெஷ்ஷா வாங்களேன்.'

'ஒரு வாரம் பத்து நாளா?' என்று அதிர்ந்தான் கணேஷ்.

'ஒரு வாரம் பத்து நாளைக்குள்ள மேலும் சென்னை நகரத்தில் எத்தனை குற்றம் நிகழப்போறது! எல்லாத்தையும் இவர் வக்காலத்து வாங்கி ஜெயிக்கவேண்டாமா?'

'வஸந்த், நீங்கதான் சொல்லிப் பாருங்களேன். ஐ திங் ஹி நீட்ஸ் ஸம் ரெஸ்ட்.'

'நானா? நான் எங்க சொல்றது? என்னை வேலையை விட்டுப் போடான்னு சொல்லியிருக்கார்.'

'அதனாலதான் என்னமோ புகையெல்லாம் புடிச்சிட்டு கலக்கமா வந்திருக்கீங்க!'

'சேச்சே! நான் வந்து லைப்ரரிக்குப் போய்ட்டுவரேன் டாக்டர்!'

'இதப் பாருங்க, டாக்டர்கிட்ட நீங்க பொய் சொல்லாதீங்க. நீங்க நடக்கிறதே சரியில்லை. கண்ணில பங்கி தெரியுது. இதெல்லாம் எடுத்துக்கிட்டு உங்க உடம்பையும் ஸ்பாயில் பண்ணிக்காதீங்க. பேசாம ரெண்டு பேரும் எங்கயாவது மலைப்பிரதேசமா போய்ட்டு வாங்க. கோர்ட்டு கேஸ் எல்லாத்தையும் மறந்துட்டு வாங்க. எதுக்கும் நாளைக்கு இந்த டெஸ்ட் எல்லாம் எடுக்கறது முக்கியம். ராத்திரி ஏதாவது அன்ஈஸியா இருந்தா எனக்கு போன் பண்ணத் தயங்காதீங்க. வரட்டுமா?'

டாக்டர் போனதும் கணேஷ் வஸந்தைப் பார்த்து, 'என்னடா? ராஜிநாமா கொடுக்கப்போறியா?'

'ஆமா பாஸ். அப்படித்தான் ஒரு யோசனை!'

'பல்லைன்னா பல்லைப் பேத்துருவேன். முட்டியை உடைச் சுருவேன். கை விரல் அத்தனையும் ஒடிச்சு கைல கொடுத் துருவேன். போயிடுவியோ? உன் மேல் கேஸ் போடுவேன்!'

வஸந்த் இப்போது கண்ணீருடன் சிரித்தான்.

'என்னடா எழுதியிருக்கான் டாக்டர்?'

'எட்டு டெஸ்ட்.'

'வேற வேலையில்லை. நாளைக்கு சரியாப் போயிடும். ஞாயிற்றுக்கிழமை வேணா பார்க்கலாம். நாளைக்கு நிச்சயம் போக முடியாது. ஜெயம்மா ரேப் கேஸ் வரது.'

'பாஸ், டாக்டர் சொன்னமாதிரி கொஞ்ச நாளைக்கு ரெஸ்ட் தேவைதான் உங்களுக்கு.'

'நான்சென்ஸ்! எனக்கு தனியாப் போய் மலைல கிலைல உக்காந்தா பைத்தியம் புடிச்சுரும். சொல்லுடா, எவிடன்ஸ் ஆக்ட், செக்ஷன் எய்ட்டின்படி ஜெயம்மா அவம்மாகிட்ட சொன்னதை எவிடன்ஸா ட்ரீட் பண்ண முடியுமா?'

'பாஸ், ஜெயம்மா எக்கேடு கெட்டுப்போகட்டும் பாஸ்! நான் சொல்றதைக் கேளுங்க. ஒருநாளைக்கு இந்த நாடு பூராவும் பத்து நூறு ரேப் நடக்குது.'

'இப்ப என்னடா சொல்றே?'

'நான் சொன்னதுக்கு ஒப்புக்கிட்டாதான் மேல வண்டி ஓடும்.'

'என்ன? சொல்லித் தொலை.'

'நாளைக்கு ஹியரிங் ஆன கையோடு ஒரு ரீஸஸ் வரது. கொஞ்சம் கிஞ்சம் அட்ஜஸ்ட் பண்ணிக்கிட்டு பதினைந்து நாள் எங்கயாவது காணாமப் போயிரலாம். அதுக்கு சம்மதம்னாதான் இப்ப ஜெயம்மா.'

'பார்க்கலாம். ஸ்டாச்சுட்டைச் சொல்லு முதல்ல.'

'சம்மதம்னு பளிச்சுனு சொல்லுங்க. அப்பதான் ஸ்டாச்சுட்.'

'எங்க போகணும்கிற?'

'அதை நான் பார்த்துக்கறேன். சம்மதம்! நேர் நிரை! ஈரசை.'

'சரி சம்மதம், இப்போ சொல்லு.'

வஸந்த் மெலிதாக விசிலடித்தான். 'இப்பக் கேளுங்க, ஜெயம்மா தானே? பிராஸிக்யூட்ரிக்ஸ் இந்த கேஸில.'

ஜெயம்மாவின் வழக்கு அதன் உணர்ச்சிபூர்வமான சங்கதிகளை எல்லாம் இழந்து வெறும் பழுப்புக் காகிதத்தில் தகவல்களாக கேள்வி பதிலாக இருந்தது.

பக்கத்து வீட்டு டியூசன் வாத்தியார் அவளை பலாத்காரம் பண்ணியதாக வழக்கு. ஜெயம்மாவுக்கு பதினான்கு வயது. கணக்கிலும் விஞ்ஞானத்திலும் வீக்காக இருக்கிறாள் என்று ஜெயம்மாவுக்கு அவம்மா பக்கத்து வீட்டு நவநீதகிருஷ்ணனை டியூஷன் ஏற்பாடு செய்திருக்கிறாள்! அவளை ஒரு நாள் சாயங்காலம் அம்மா தம்பி யாரும் இல்லாதபோது நவநீதகிருஷ்ணன் அவள் சம்மதமே இல்லாமல் களங்கம் பண்ணிவிட்டதாகவும், அதை அவள் ராத்திரியே அம்மாவிடம் சொல்லிவிட்டதாகவும் ஜெயம்மாவை கோர்ட்டில் கூப்பிடுவதற்குப் பதிலாக அவள் தன் தாயிடம் சொன்னதையே வாக்குமூலமாக ஏற்றுக்கொள்ளும் படியாக பிராசிக்யூஷன் தரப்பில் கேட்டிருந்தார்கள்.

நவநீதகிருஷ்ணன் சார்பில் வஸந்தும் கணேஷும் ஆஜர் ஆகிறார்கள்.

'ஆளைப்பார்த்தா ரேப்பன் மாதிரி இருக்கானா?'

'ஆளைப்பார்த்தாச் சொல்ல முடியலை பாஸ். திருநீர், கதர், குரல்ல ஒரு குழைவு. இவனா! இவன் எப்படி செஞ்சிருக்க முடியும்? இவங்கிட்ட ஒரு கர்ள்ஸ் ஸ்கூலையே ஒப்படைக்கலாமேன்னுதான் தோணுது.'

'ஜட்ஜோட ஸிம்பத்தி கிடைக்குமா?'

'கிடைக்கலாம். ஆனா இந்த கேஸ்ல முக்கியமான பாயிண்ட், இந்த தேர்ட் பார்ட்டி வாக்குமூலத்தின் மூலமா ஒரு கம்ப்ளெயிண்ட் எப்படிச் செல்லுபடியாகும்? அந்தப் பொண்ணே வரவேண்டாமோ, அம்மா வந்து என் பொண்ணு வந்து என்கிட்ட சொன்னா, வாத்தியார் வேறமாதிரி ட்யூஷன் சொல்லிக் கொடுத்துட்டார்னும்... அது எப்படி கம்ப்ளெயிண்ட் ஆகும்? இன்அட்மிஸிபிள்.'

'பார்க்கலாம். அது பாயிண்ட்தான். ஆனா நவநீதகிருஷ்ணன் செஞ்சிருப்பானா? அவன் என்ன சொல்றான்?'

'அவன் சொல்றது வேறவிதமா இருக்கு பாஸ். அது வந்து அம்மாதான் நவநீதகிருஷ்ணனை ட்யூஷன் முடிஞ்சதும் கொஞ்சம் வந்துட்டுப் போங்கன்னு உள்ள கூப்பிட்டு, இதோ கொஞ்சம் ஆணி அடிச்சுக் கொடுங்கன்னு சொல்லி அவனை ரூமுக்குள் தள்ளி, பொண்ணை பெருங்காயம் வாங்க கடைக்கு அனுப்பிவிட்டு, கதவைச் சாத்திக்கிட்டாளாம்! இவன் எங்க ஆணி அடிக்கணும்னு இன்னொஸெண்டாக் கேட்டானாம். இங்கன்னு சொல்லியிருக்கா. ஆளு திகில் வந்து உடனே கதவைத் திறந்துகிட்டு ஓடிவந்துட்டானாம். இது நம்ம கிளையண்ட் கட்சி! என்ன சொல்றீங்க?'

'எத்தனை விநோதம் பாரு!'

'எதை நம்பறது, எதை நம்பாம இருக்கிறது!'

'ரெண்டுலயும் பாதிப் பாதி உண்மை இருக்கு. இவன் பொண்ணை விரும்பியிருப்பான். அம்மா இவனை விரும்பியிருப்பா!'

'சரியான கோஷ்டி கானம்! இப்ப ஜட்ஜ் நரசிம்மலுகிட்ட ரேப்பு கீப்பு எல்லாத்தையும் விட்டுட்டு எவிடன்ஸ் ஆக்ட்படி

அட்மிஸிபிளா இல்லையான்னு வாதாடிக் குழப்பப்போறோம். சட்டங்கறது எத்தனை வினோதமா இருக்கு பாருங்க. ரேப்பை எப்படி அஸெப்ட்டிக்கா இங்கிலீஷ் வார்த்தைகளில் சொல்ல முடியறது பாருங்க.'

வஸந்த் சிரித்தான்.

'அதிருக்கட்டும் வஸந்த்! நீ சந்துக்குப் போயிருந்தியா?'

'ஆமா பாஸ்' என்று வஸந்த் மெதுவாகச் சொன்னான்.

'வெக்கமா இல்லை?'

'இல்லை!'

'எதுக்காகப் போனே?'

'தெரிஞ்சுண்டே கேட்டிங்க பாஸ். அது எனக்குப் பழக்கம் இல்லை. எப்பனாச்சியும் கொஞ்சம் மனசு நேரா இல்லைன்னா போய்வருவேன். அதும் இன்னிக்கு ஜாஸ்தி இல்லை. நீங்க டிரை பண்ணிப் பாருங்க!'

'பார்த்தாச்சு! ஒரு முறை போதும் எனக்கு.'

'எனக்கும்தான்.'

'அதான் அப்பப்ப ஒதுங்கறியாக்கும். உருப்பட மாட்டே. பாழாப் போயிருவே! ஆளை உருக்கிடம். அதுக்குப் பேசாம ஸ்காட்ச் ஒரு வாய் குடி!'

'அது வேற இது வேற பாஸ்! ஸ்காட்ச்ங்கறது அந்த அம்மா மாதிரி. இது அந்தப் பொண்ணு மாதிரி!'

மறுநாள் கேஸ் எடுத்துக்கொள்ளப்பட்டபோது ஜெயம்மாவின் தாய் ஒரு ஓரத்தில் நின்றுகொண்டிருப்பதைப் பார்த்தான். 'என்ன பாஸ், இந்தம்மாவைப் பார்த்தா எப்படித் தோணுது?'

'வஸந்த், எனக்கு இதுல ஏதும் அனுபவம் கிடையாது. நீதான் கூடவே இருந்தவன் மாதிரிச் சொல்லுவியே. உன் கணிப்பு என்ன?'

'பெண்களைப் பொருத்தவரையில என்னால கணிக்கவே முடியலை பாஸ். கண்ல பெட்ரூம் தெரியும். பதிவிரதையா

இருப்பா. கண்ணகி மாதிரி இருப்பா. உக்காருன்னா படுத்துருவா. ம்ஹூம், நான் அம்பேல்!'

'இவளை என்ன செய்யலாங்கறே? அந்த விவகாரத்தைக் கொண்டுவரலாமா, வேண்டாமா?'

'போகிறபோக்கில பார்க்கலாம் பாஸ்! ட்ரெண்டு எப்படிப் போவுதுன்னு பார்க்கலாம்.'

'உங்க பேர் என்னம்மா?'

'லக்ஷ்மி.'

பிராஸிக்யூஷன் தரப்பில் மெதுவாக சாட்சியம் இயங்கிக் கொண்டிருக்க, கணேஷ் தன் நாற்காலியில் பின்னால் சாய்ந்து கேட்டுக்கொண்டிருக்க, வஸந்த் குறிப்பெடுத்துக் கொண்டிருந்தபோது கணேஷுக்கு மறுபடி அந்த உணர்ச்சி வந்தது.

அதை மயக்கம் என்று சொல்ல முடியவில்லை. திடீர் என்று எல்லாமே ஒரு கணம் மறைந்துபோய்விடுவதுபோல் ஒருவித வெட்டு, ஒரு இருட்டுக் கணம். கணமா அல்லது பத்துக்கணமா, நாற்காலி அப்படியே முழுவதும் பின்னுக்குச் சாய்வதுபோல ஒரு பிரமை. ஆனால் விழாமல் திடுக்கிட்டு சமாளிக்க, சட்டென்று வஸந்த்தைப் பார்த்தான். வஸந்த் கணேஷையே பார்த்துக்கொண்டிருப்பது தெரிந்தது. கணேஷின் முகத்தில் லேசாக வியர்வை அரும்புகள் தெரிந்தன.

வஸந்த் ஒரு கடிதத்தில் 'ஆர் யூ ஆல்ரைட்?' எழுதிக் கேட்டான்.

கணேஷ் 'இல்லை' என்று தலையசைத்தான்.

நல்லவேளை, இடைவேளைக்கு ஒத்திவைப்பு வந்துசேர கணேஷ் எழுந்திருக்க முயற்சிக்க, அவனை வஸந்த் தடுத்து, 'இப்படியே உக்காந்திருங்க, நான் போய் காரை காரிடார்கிட்ட கொண்டுவரேன்.'

'எனக்கு இப்ப ஒண்ணுமில்லை வஸந்த்.'

'அப்ப?'

'நேத்துமாதிரி மொமெண்டரி ப்ளாக் அவுட். அப்படித்தான் சொல்ல முடியறது.'

'பாஸ் திஸ் இஸ் சீரியஸ்.'

'பசியினால் இருக்கும்னு நினைக்குறேன்.'

'டாக்டர் வெங்கட்ராமன்கிட்டச் சொல்லுங்க. சிரிப்பார்.'

'அவர் டெஸ்ட் ரிப்போர்ட் எல்லாம் எங்கன்னு கேப்பார். ஒரு வேளை டெஸ்ட்டுக்குப் போயிருக்கணுமோ என்னமோ. வஸந்த், அஜீர்ணத்தைப் பெரிசு பண்றேனோ என்னமோ!'

'பசிங்கறீங்க. அஜீர்ணம்கறீங்க! இங்கேயே உட்காருங்க.'

மத்தியானம் டாக்டர் வெங்கட்ராமன் சொன்ன அத்தனை பரிசோதனைகளும் செய்துகொண்டான் கணேஷ்.

மறுதினம் காலை அந்தக் காகிதங்களையும் சார்ட்டுகளையும் எக்ஸ் ரேக்களையும் கூர்ந்து பார்த்த டாக்டர் வெங்கட்ராமன், சற்று நேரம் சிந்தனை வசமாகி, 'ஒண்ணும் இல்லை, ஷுகர் இல்லை, கொலஸ்ட்ரால் இல்லை, பி.பி. ரெண்டு மூணு ரீடிங் எடுத்துப் பார்த்தா உங்க ஏஜுக்கு நார்மலாத்தான் இருக்கு. ஹார்ட் இஸ் ஒக்கே. வேணும்னா ஒரு ஈ.ஸி.ஜியும் ஸிடி ஸ்கேனும் எடுத்துப் பார்த்துக்கலாமே! உங்க ஃபேமிலில யாருக்கும் எபிலப்ஸி உண்டா?'

'இப்ப என்ன சொல்றீங்க டாக்டர்? இவருக்கு என்ன உடம்புங்கறீங்க?'

'ஒண்ணும் இல்லை. சரியாத்தான் இருக்கார். எதுக்கும் ஒரு ஸிடி ஸ்கேன் எடுத்திட்டா...'

'மொத்தம் அறுநூத்தி சொச்சம் செலவழிச்சு ஒண்ணும் இல்லைன்னு கண்டுபிடிச்சீங்களா? மயக்கம் மாதிரி வந்ததே, அதுக்கு என்ன சொல்றீங்க?'

'வர்டிகோ மாதிரி ஏதாவது இருக்கும். திடீர்னு நாற்காலியை விட்டு எழுந்தீங்களா?'

'இல்லையே.'

'யூ ஆர் ஒக்கே கணேஷ்.'

'மறுபடி அந்த மாதிரி பிளாக் அவுட் வந்தா?'

'நான்தான் சொன்னேனே, ஓவர் ஒர்க்கினாலே இருக்கலாம். லிப்ரியம் கொஞ்சம் சாப்பிடுங்க. கொஞ்ச நாள் ரெஸ்ட் எடுத்துக்கறது உத்தமம்.'

ரெஸ்ட் எடுத்துக்கொள்ள எங்கே போவது என்று பிரச்னை தானாகவே தீர்ந்துபோயிற்று. வியாழக்கிழமை தபாலில் வந்த கடிதம் அதைத் தீர்த்துவிட்டது.

'அன்புள்ள கணேஷ், உங்கள் கடிதம் கிடைத்தது. அதில் இருந்த மெலிதான நகைச்சுவையை நான் ரசித்தேன். ஏரோப்ளேனில் பெங்களூர் வர சுமார் இருபத்தைந்து நிமிஷமாகும். கார் அனுப்புகிறேன். ஆறு மணி நேரத்திலே நீங்கள் இங்கு வந்து விடலாம். கொஞ்ச நாள் உங்கள் வழக்குகளை மறந்திருக்கலாம். உடன் இரண்டு ஏர் டிக்கெட் இணைத்திருக்கிறேன். அன்புடன் தாமோதர் ஸ்ரீனிவாஸ்.'

'பாஸ், விடுமுறை நம்மைத் தேடிக்கிட்டு வரது. ரெண்டு ஓப்பன் டிக்கெட் வெச்சிருக்கார்.'

'போலாம்னுதான் தோணுது. டேய், மெர்க்காரா எங்கடா இருக்கு?'

'மைசூர் வழியாப் போகணும்னு நினைக்கிறேன். நல்ல செழிப்பான மலைவளமான பிரதேசம். பொண்ணுங்கள்ளாம் மாருக்குக் குறுக்க ஹரிஸாண்ட்டலா ஸாரி கட்டிட்டிருப்பாங்க. நல்ல சிவப்பா இருப்பாங்க.'

'ஆண் பிள்ளைகள் எல்லாரும் கருப்பு கோட்டு போட்டுக்கிட்டு கத்தி வெச்சிருப்பாங்க!'

'காப்பி எஸ்டேட்டுகள் ஜாஸ்தி இருக்கும். அப்படியே மூகாம்பிகை தரிசனம் பண்ணிட்டு வந்துரலாமா? இப்ப ஜனங்க மூகாம்பிகைன்னு அலையுது.'

'அது எங்கயோ மங்களூர்கிட்ட இருக்காப்ல. வஸந்த்! நீ என்ன செய்யறே, இந்த ஆளுக்கு நன்றி சொல்லி ஒரு கடுதாசி போட்டுரு. அடுத்த வாரம் வரம்னு சொல்லிரு.'

'தேன்ல தடவி ரொட்டி சாப்பிடலாம். பாஸ் எல்லாத்தையும்... எல்லாத்தையும் மறந்து நிம்மதியா ஒரு பத்து நாள் இருந்துட்டு வரலாம்!'

'எனக்கும் கொஞ்சம் ரெஸ்ட் கிடைச்சாப்ல இருக்கும்.'

'மொர்க்காரா! இதோ வருகிறோம்' என்றான் வஸந்த். அவனுக்குத் தெரிந்திருக்கவில்லை!

2

போயிங் விமானத்தில் நாற்பது பேர்தான் இருந்தார்கள். அரை மணி பிரயாணத்துக்கு டிரான்ஸிட் லவுஞ்சில் அரை மணி காத்திருந்தது கணேஷுக்கு அபத்தமாகப் பட்டது. சென்னையில் மழை பெய்துகொண்டிருந்தது. மீனம்பாக்கத்து ரேடார்கள் சுறுசுறுப்பாகச் சுற்றிக்கொண்டும் தலையசைத்துக் கொண்டும் இருந்தன. டேக் ஆஃப் முடிந்ததும் வஸந்த் பெல்டைத் தளர்த்திக் கொண்டு ஹோஸ்டஸ்ஸிடம் இந்து பேப்பர் கேட்டான். அதில் குறுக்கெழுத்தை நிரப்ப வாகாக மடித்துக்கொண்டான். பைனாப்பிள் ஜூஸில் ஏரோப்ளேன் வாசனை அடித்தது. முன் சீட்டில் சினிமாக்காரர்கள் உட்கார்ந்திருந்தார்கள். நடுத்தர வயதினர் பிசினஸ் பேசினார்கள். ஜன்னலுக்கு வெளியே ஸ்ட்ரேட்டஸ் மேகங்கள் பாளம் பாளமாகத் தொடர்ந்தன. அண்டர்காரேஜ் இறக்கப்பட்டு ஃப்ளாப் அமைத்தபோது வயிற்றைக் கவ்வியது. பங்களூர் வந்து விட்டது.

படியிறங்கி லவுஞ்சில் நுழையும்போது, ஒலி பெருக்கி 'மிஸ்டர் கணேஷ் பாஸஞ்சர் அரைவ்ட் ஃப்ரம் மெட்ராஸ், ப்ளீஸ் காண்டாக்ட் டிராஃபிக் கவுண்டர் ஃபர் எ மெஸேஜ்.'

டிராஃபிக் கவுண்டரில் வெள்ளை உடை அணிந்த டிரைவர் காத்துக்கொண்டிருந்தான்.

'எஸ்டேட்ல இருந்து வண்டி கொண்டுவந்திருக்கேங்க. லக்கேஜ் இருக்குங்களா!'

'பாஸ் திஸ் இஸ் எஃபிஷன்ஸி! தாமோதர் ஸ்ரீனிவாஸ் எல்லாத் தையும் திட்டமிட்டுச் செய்வார்போல.'

புத்தம் புது அம்பாஸ்டர் தன் மார்க் ஃபோர் இளிப்புடன் காத் திருந்தது. உள்ளே ஏஸி. பயோனியர் கார் காஸெட் பொருத்தி யிருந்தது. வஸந்த் அதைத் தட்டியதும் திடும் திடும் என்று பாப் சங்கீதம் ஒலிக்கும் என்று எதிர்பார்த்தான். பதிலாக லேசான வயலின்கள் ஒலித்தன. 'வெல்கம் மிஸ்டர் கணேஷ்! மிஸ்டர் வஸந்த் உங்களுக்கும்தான்!'

வஸந்த் கணேஷைப் பார்த்து புருவத்தை உயர்த்தினான். டேப் ரெகார்டர் தொடர்ந்தது.

'உங்கள் நேரமும் என் நேரமும் விரயம் ஆகாமல் இருக்க நீங்கள் வந்து தங்கப்போகும் என்னுடைய எஸ்டேட்டைப் பற்றி ஒரு சிறிய அறிமுகம். மெர்க்காராவிலிருந்து இருபது கிலோமீட்டர் தள்ளி மலைச்சரிவில் இருக்கும் அழகான எஸ்டேட் என்னுடைய ஸில்வன் ஹைட்ஸ். பெரும்பாலும் சரிவு முழுவதும் காஃபி பயிரிடப்படும் பிரதேசம். காஃபியைப் பற்றி உங்களுக்குத் தெரியும் என்று நினைக்கிறேன். அபிஸீனியாவில் ஆயிரம் வருஷங்களுக்குமுன் தற்செயலாகக் கண்டுபிடிக்கப்பட்டது இந்த மதுர பானம். காட்டுச் செடி ஒன்று எரிந்துகொண்டிருந்த போது, அதிலிருந்து வெளிப்பட்ட நறுமணத்தால் கவரப்பட்ட ஒருவன் அதன் விதைகளைக் கடித்துப் பார்த்தான். அதன் சுவை பிடித்திருந்ததால், அதிலிருந்து ஒரு பானம் காய்ச்சினான். அவன்தான் உலகின் முதல் காப்பிப் பிரியன்...'

வஸந்த் பட்டென்று அணைத்துவிட்டு, 'கொஞ்சம் காப்பியைப் பத்தி அதிகமாகவே பேசுவார்போல இருக்கு' என்றவன், டிரைவரைப் பார்த்து 'சாப்பிட்டீங்களா?' என்றான்.

'அய்யா ஆயிருச்சுங்க! உங்களை உட்லாண்ட்ஸ் கூட்டிக்கிட்டுப் போய் சாப்பிட்டப்புறம் கிளம்பச் சொல்லியிருக்காங்க.'

'இல்லையப்பா. நாங்க சாப்ட்டுட்டு வந்துட்டம்.'

'அப்ப கொஞ்சம் நேரம் கழிச்சு புறப்படலாங்களா?'

'ஏம்பா? இப்பவே புறப்பட்டுட்டாப் போச்சு.'

'இல்லீங்க, கொஞ்சம் முன்னால வந்தா கோவிச்சுப்பாரு. சரியா ஆறு மணிக்குப் போய்ச் சேரணும்.'

'சரிதான்.'

வஸந்த் கணேஷைப் பார்த்து, 'காப்பி எஸ்டேட்டில தனியா இருந்தா, ஆளு ஒரு மாதிரி ஆயிடுவாங்கபோல. என்ன பாஸ்?'

கணேஷ் டிரைவரிடம், 'நீங்க கிளம்பி அட்ஜஸ்ட் பண்ணிக் கிட்டுப் போயிருங்க.'

'முன்னால போனா ஊர் சுத்திப் பார்த்துட்டுப் போகலாம், என்ன?'

'சரிங்க. மன்னிச்சுக்குங்க. அய்யா இந்த விஷயத்தில எல்லாம் சிக்குங்க!'

ஸ்ட்ரிக்ட் என்று சொல்கிறான்போலும். கணேஷ் வஸந்திடம், 'டேப்பைத் தொடர்ந்து கேக்கலாம். கொஞ்சம் ஸ்வாரஸ்யமான மனிதர் போலத் தெரியுது.'

வஸந்த் டேப்பை இயக்க, தொடர்ந்தது.

'கிழக்கு ஆப்பிரிக்காவில் இருந்த அபிஸீனியர்கள்தான் முதன் முதல் காப்பி பருகினார்கள் என்பது நமக்குத் திட்டவட்டமாகத் தெரிந்திருக்கிறது. பதினைந்தாம் நூற்றாண்டுவரை அங்கே மட்டும்தான் காப்பி பருகிக்கொண்டிருந்தார்கள். அதன்பின் அங்கிருந்து அரேபியாவுக்கு எடுத்துச் செல்லப்பட்டது. அப் போதிலிருந்து இருநூறு வருஷத்துக்கு உலகத்தின் காப்பி சப்ளை முழுவதும் தெற்கு அரேபியாவில் ஏமன் பிரதேசத்திலிருந்து வந்தது...'

'வஸந்த் கொஞ்சம் ஃபாஸ்ட் ஃபார்வர்ட் போ!'

'ஆமா பாஸ் ரொம்ப காப்பி!' என்று டேப்பை வேகமாகச் சுழற்றி கொஞ்ச நேர விர்ர்ருக்குப் பின் மாதிரி பார்த்தான்.

'வெனிஸுவேலா, கொலம்பியா, கௌத்தமாலா, மெக்ஸிகோ...'

‘இன்னும் காப்பி பயிரிடும் நாடுகள்ல இருந்து வெளிய வரலை சார்!’ என்று மறுபடி விசையாக முன் சென்றான்.

‘அவருக்குத் தெரியாத விசயங்களே இல்லைங்க.’

‘காப்பியைப் பத்தியா?’

‘இல்லைங்க, எல்லாத்தையும் பத்தி.’

‘காப்பியில இருபத்தைந்து வகைகள் உண்டு...’

‘சரிதான்! டேப் பூரா காப்பியா?’ என்று இன்னும் முன்னே செல்ல,

‘இப்போது என்னைப் பற்றி சொல்லிக்கொள்கிறேன். என் பெயர் உங்களுக்குத் தெரியும். தாமோதர் ஸ்ரீனிவாஸ். ஸ்ரீனிவாஸ் என்பது எங்கள் குடும்பப் பெயர். இந்த எஸ்டேட்டை எங்கள் கொள்ளுத் தாத்தா ஒரு ஆங்கிலேயரிடமிருந்து வாங்கினார். அப்போதிருந்து காப்பிதான் பயிரிட்டு வந்திருக்கிறார்கள். எனவே காப்பி எங்கள் ஜீவ நாடி என்று சொல்லலாம்.’

‘சொல்லியாச்சே சார்!’

‘என்னைப் பற்றி அதிகம் சொல்லிக்கொள்வதற்கு இல்லை. சிறு வயதிலிருந்தே இந்தத் தனியான பிரதேசத்தில் வாழ்ந்தவன். தேவையான அளவு படிப்புக்கு மட்டும் இங்கிலாந்து சென்று படித்தேன். அப்பா இறந்ததும் முப்பது வயதில் இந்த எஸ்டேட் மேற்பார்வை என்னிடம் வந்தது. பதினைந்து வருஷங்களாயின. நிறையப் படிப்பேன்.

‘சதுரங்கத்தின் மேல் மிக மோகம். எதிர்த்து ஆடுவதற்கு ஆட்கள் கிடையாது. என் திறமையைப் பரிசோதித்துப் பார்க்க அதிக சந்தர்ப்பங்கள் இல்லை. மெர்க்காராவிலிருந்து ஒரு குடும்ப நண்பர் வருவார். அவரை இப்போதெல்லாம் சுலபமாகத் தோற் கடிக்கிறேன். ஒருமுறை ஏரனையும் ரவி சேகரையும் கூப்பிட் டிருந்தேன். இரண்டு பேருடன் டிரா! ரய் லோபெஸ் பிடிக்கும். ஆடுவேன். சதுரங்கத்தைத் தவிர வீட்டுக்குள் ஆடும் எந்தவித ஆட்டமும் பிடிக்காது. கொஞ்சம் டென்னிஸ் ஆடுவேன். நீந்துவேன். குதிரையேற்றம் தெரியும். புத்தகங்களில் கதைகள், நாவல்கள் படிப்பதில்லை. பொதுவாக அறிவியல், பாட்டனி, தத்துவ சாஸ்திரம், கணிதம், பௌதிகம், வான சாஸ்திரம் இவையெல்லாம் படிப்பேன். ஒரு முறை கல்யாணம் செய்து

கொண்டேன். குழந்தை கிடையாது. பற்பல துப்பாக்கிகள் சேர்த்துவைத்திருக்கிறேன். அதேபோல் நாணயங்கள் சேகரிப் பதிலும் பிரியம். தமிழ் பிரம்மி, வட்டெழுத்துக்களைப் பற்றிய ஆராய்ச்சிகள் அத்தனையும் படித்துள்ளேன். டாக்டர் நாக சாமியுடன் கடிதத் தொடர்பு உண்டு.

வஸந்த் அதை நிறுத்தி, 'இப்போதைக்கு போதும் பாஸ்.'

'இவரைப்பற்றி என்ன நினைக்கிறாய்?' என்றான் கணேஷ்.

'ஏகப்பட்ட இண்ட்ரஸ்டுனு தோணுது. இவர் நம்மை எதுக்காக கூப்பிட்டிருக்கார்ங்கறீங்க?'

'செஸ்ல நம்மைத் தோக்கடிக்கறதுக்கு' என்றான் கணேஷ்.

'இதுக்கு இவ்வளவு செலழிக்கிறாரா?'

'காஃபி எஸ்டேட்!'

'இருந்தாலும்...'

'நம்மைப் பத்திப் படிச்சிருப்பார். அல்லது கேள்விப்பட்டிருப் பார். குருட்டாம்போக்கில் நம்ப ரெண்டு பேருக்கும் இன்டெலி ஜெண்டுனு பேரு! அதனால இந்த மாதிரி புத்திசாலிங்களைத் தோற்கடிக்கிறதில அவருக்கு ஏதாவது அற்ப சந்தோஷம் இருக்கலாம்!'

'பாஸ்! நாம செஸ் ஆடி எத்தனை நாளாச்சு! ரய் லோபெஸ் தெரியுமா? இந்தாளுகிட்ட தோக்காட்டா நம்மை எஸ்டேட்டை விட்டு வெளியே விடமாட்டார் போல இருக்கே.'

'பார்க்கலாம். நம்மை இதுவரைக்கும் கேஸ் சம்பந்தமா அழைச் சவங்கதான் அதிகம். இதுதான் முதல் தடவைன்னு நினைக் கிறேன்.'

'எதுக்கு?'

'விளையாடறதுக்குன்னு ஒருத்தர் நம்மைக் கூப்பிடறது!'

'பார்க்கலாம், சுரண்டிப் பார்த்தா, ஏதாவது ஒரு கேஸ் இருந்தாலும் இருக்கும்.'

‘இல்லை வஸந்த். நாம அங்க போறது பரிபூரண ஓய்வுக்காக. ஏங்க எங்களுக்குத் தங்க இடம் எங்க? எஸ்டேட்டிலதானுங்களா?’

‘ஆமாங்க. பங்களாவிலதாங்க.’

‘பங்களா பெரிசாய்யா?’

‘ஆமாங்க. நாப்பது ரூமு இருக்குங்க!’

‘நாற்பது ரூமா! பங்களாவில எத்தனை பேர் வசிக்கிறாங்க.’

‘அவர் ஒருத்தர் மட்டும்தாங்க.’

‘போச்சுரா!’

‘ஏன்? அவருக்கு அண்ணா, தங்கச்சி, மாமா யாரும் கிடையாதுங்களா?’

‘இல்லைங்க, ஒரே மகனுங்க அவரு. அப்பாரும் ஒரே மகனுங்க. தாத்தா காலத்தில் அவங்களுக்கு அண்ணன், தங்கச்சி எல்லாம் இருந்திருக்காங்க. அவங்கள்ளாம் பிரிஞ்சு தனித்தனியா பிசினஸ்ல போய்ட்டாங்க. எஸ்டேட் வழிமுறையில் இவர் ஒருத்தர் தாங்க.’

‘எஸ்டேட் பூராவும் மொத்தமா எத்தனை ஆளுங்க இருப்பாங்க?’

‘வேலைக்காரங்க நிறைய இருக்காங்க. காப்பி பொறுக்கிற பொம்பளைங்க. அவங்க குடும்பங்க, மேனேஜர், கிளார்க்கு, அவங்கள்ளாம் தனியா சரிவில இருக்காங்க. பங்களாவில் இவர் ஒருத்தர்தாங்க.’

‘அப்படியா?’

‘அம்மா போனதுக்கப்புறம் முத முறையா நீங்கதான் பங்களாவில் தங்கப் போறீங்க.’

‘அம்மான்னா?’

‘அவங்க சம்சாரங்க.’

‘இறந்துபோயிட்டாங்களா?’

'இல்லை' அவன் தயங்கினான். 'நான் சொன்னத எசமான்கிட்ட சொல்லாதீங்க!'

'சொல்லலை! சொல்லுங்க.'

'ஓடிப்போயிட்டாங்க.'

'எதனால?'

'தெரியாதுங்க. அதுக்குமேலே கேக்காதீங்க! இதுவே நான் பேசியிருக்கக்கூடாதுங்க. எசமானுக்குத் தெரிஞ்சா வேலை போயிரும்.'

இப்போது டிரைவர் மௌனமானான். கொஞ்ச நேரம் கழித்து, 'அந்தம்மாவைப் பத்தி அவர்கிட்ட கேக்காம இருக்கிறதுதான் நல்லதுங்க. அழுதுருவாரு' என்றான். அதன்பின் பிரயாணம் முழுவதும் அவன் பேசவில்லை.

மைசூரைத் தொடாமல்தான் சென்றார்கள். ஏற்கெனவே சிலுசிலு வென்று இருந்தது. மலையை எதிர்பார்த்து இன்னும் சில்லென்று ஆகிவிட்டது. காற்றில் ஒருவித கிறிஸ்டல் துல்லியம் கலந்து கொண்டது. உயர்ந்த மரங்கள் அவர்களை அணைத்துக்கொள்ளத் தலைப்பட்டன. யூகலிப்டஸ் மணம். பிடிவாதமான பூச்சிகளின் தொடர்ந்த கிரிக்கிரிக் எப்போதும் காதுக்குள் கேட்கத் தொடங்கின. மலைப்பகுதியின் பக்கவாட்டில் வெட்டப்பட்டு, திடீர் என்று ஓர் அழகான பெண்ணின் சபலங்கள் போலத் திரும்பித் திரும்பி ஆச்சரியம் தந்தது. சின்னச்சின்ன சிவப்புப் பூக்கள் அவ்வப்போது புடைவை பார்டர்போல சாலைக்குத் துணை வந்துகொண்டிருந்தன. திடீர் என்று ஒரு தகரக் கொட்டகை தெரியும். அதன் மேல் கொடி படர்ந்து ரகளையாகப் பூத்திருக்கும். செடியா, மரமா, புதரா என்று வகை பிரிக்க முடியாத அடர்த்தி.

ஸில்வன் ஹைட்ஸ் என்று மரத்தில் சங்கிலி கோர்த்து வெள்ளைக் காரன் காலத்திலிருந்தே தொங்கிக்கொண்டிருந்த பலகையைக் கடந்து புல்சரிவில் புருவம் வெட்டினதுபோல வளைந்த சாலையில் கார் திரும்பி விரைந்தது. 'அதோ பாருங்க பங்களா!'

உயரத்தில் பளீர் என்று சாயும் மாலை வெளிச்சத்தில் முலாம் பூசிக்கொண்டு அந்த பங்களா தெரிந்தது. கனவுலகத்திலிருந்து

அவசரமாக எடுத்துவந்து மலைச்சரிவில் செருகி வைத்தாற் போல இருந்தது. அவர்களை நோக்கி அசைந்து அசைந்து வந்தது. மங்களூர் ஓட்டு வகைகள் அலங்காரத்துக்குச் சாய்ந்து கொண்டிருக்க, உள்ளே நாற்பது ரூம்களின் எச்சரிக்கை ஏதும் இல்லாது அடக்கமாகத்தான் இருந்தது. கண்ணாடியில் மேகங்கள் மிச்சமிருந்தன. சன்னல்களில் வெளிர்ப்பச்சை தெரிந்தது. போர்ட்டிகோவில் மூன்று கார் நிற்கலாம்போல இருந்தது. அருகே டென்னிஸ் கோர்ட் தெரிந்தது. அங்கிருந்து மலை முகட்டில் ஒரு மண்டபம் தெரிந்தது. அதை நோக்கி, கற்கள் பதிக்கப்பட்ட பாதைப் பாம்பு சென்றது. மண்டபத்தை ஒரு தாழ்வான மேகம் முத்தமிட்டுக்கொண்டிருந்தது. எஸ்டேட்டின் மற்ற பகுதி பச்சை அடர்த்தியில் ஒளிந்துகொண்டிருந்தது.

தாமோதர் ஸ்ரீனிவாஸ் காத்திருந்தார். கார் நின்றதும் டிரைவர் இறங்கி பவ்யமாகக் கதவைத் திறப்பதற்கு முன் அவரே வந்து கதவைத் திறந்து, 'வெல்கம்' என்று சிரித்தார்.

கணேஷ் வெளிவந்து அவர் கையைக் குலுக்கினான். வஸந்தை யும் கைகுலுக்கினார். கைகுலுக்கல் அழுத்தமாக இருந்தது.

'சீக்கிரமாகவே வந்துட்டீங்க போல இருக்கே. பாதையிலே எதுவும் டிரபிள் இல்லையே?'

'இல்லை சார்.'

'நோ சார் பிசினஸ்! என் பேர் தெரியுமில்லை? டேப் கேட் டீங்கல்ல?'

'கேட்டோம்.'

'கால் மி தாமோதர். மிஸ்டர் தாமோதர் இஃப் யூ ப்ளீஸ்! நீங்க ரெண்டு பேரும் என்னைவிட யங்கா இருக்கீங்க. டேப்பை முழுக்கக் கேட்டீங்களா?'

வஸந்த் கணேஷைப் பார்க்க, அவரே, 'இல்லை! தெரியுது! போர் அடிச்சிருக்கும். காஃபி காஃபி காஃபி! அதைத்தவிர வேற எதையும் பேச முடியாதான்னு நினைச்சிருப்பீங்க இல்லை?'

'அப்படி இல்லை. உங்க டேப்பில சில எக்ஸ்ட்ராக்ட்ஸ் கேட்டோம். சுவாரஸ்யமாத்தான் இருக்குது!'

'வந்த உடனேயே பொய் சொல்றீங்களே' என்று சிரித்தார். பற்கள் வரிசையாக இருந்தன. நாற்பத்து ஐந்து வயதைக் காட்டாத உடற்கட்டு. உயர்தர பேண்டும் வெள்ளைக்கார வகை சூட்டும் வெய்ஸ்ட் கோட் சகிதம் அணிந்திருந்தார். டையில் ரகளை இல்லை. கண்ணாடி மூக்கில் நிற்காதுபோல் இருந்தது. முகத்தில் பற்களின் வரிசை மிக வசீகரமாக இருந்தது. சற்று உயர்ந்த தாடை, கழுத்தில் லேசாகத் தெரியும் குமிழ், மெலிய பெரிய உதடுகள். வலது பக்கக் கன்னத்தில் பிரதானமாக ஒரு மச்சம். தலை மயிர் அதிகம் இழக்காமல் படிய வாரியிருந்தார். கணேஷின் உயரம்தான் இருந்தார். அவனைவிடச் சற்று ஒல்லியாக இருந்த தால், அதிக உயரம்போல் பிரமை ஏற்பட்டது. 'வாங்க, உள்ளே போகலாம்.' அவர்கள் இருவரையும் அன்புடன் அழைத்துச் சென்றார். 'தாஸ், இவங்க சாமான் எல்லாத்தையும் மாடி ரூம்ல கொண்டுவெச்சுரு, என்ன?'

நான்கு சுலபப் படிகள் ஏறினதும் வராந்தா. அதில் வரிசையாகப் பிரம்பு நாற்காலிகள் போடப்பட்டு தரையில் கயிற்றுப்பாய் பரவியிருந்தது. வெள்ளைக்காரத்தனமாக ஒரு கப்போர்டுபோல கண்ணாடியுடன் இருந்தது. அதில் ஒரு தொப்பி மாட்டியிருந்தது. மூன்று வாசல்கள் கொண்ட ஹாலில் நுழைந்தார்கள். வெளிச்சம் கம்மியாக இருந்தாலும் அந்த ஹாலின் பரிமாணம் பிரமிக்க வைத்தது. ஏறக்குறைய அறை முழுவதும் அடைத்து கார்ப்பெட் போடப்பட்டிருந்தது. மெத்தென்று ஏராள சோபாக்கள் நிறைந்து மாடிப்படியின் விளிம்பும் தெரிந்தது. 'உக்காருங்க! என்ன சாப்பிடறீங்க?'

கணேஷ் சற்றுத் தயங்கி, புன்னகைத்து, 'காஃபி' என்றான்.

'எதிர்பார்த்தேன்' என்றார். 'ரமணா' என்றார். சுவரில் இருந்த காலிங்பெல்லை அழுத்தினார். அதன் சப்தம் கேட்கவில்லை.

'சர்வண்ட்ஸ் எல்லாம் உள்ளுக்குள்ள இருக்காங்க. நடந்து வரதுக்கே அஞ்சு நிமிஷம் ஆகும்' என்றார். கணேஷ் ஹாலில் மாட்டியிருந்த படங்களைப் பார்த்தான். ராவ் பகதூர் முண்டாசு லாக் கோட்டுடன் வெள்ளைக்காரனுடன் நின்று கொண்டிருந் தார். அவர் அருகில் மற்றொரு போட்டோவில் அப்பாவாக இருக்கவேண்டும். 'எல்லோரும் என் முன்னோர்கள்' என்றார். 'எல்லோரும் போயிட்டாங்க. மிச்சம் இருக்கிறது நானும் போட்டோவும்தான்.'

மூன்று கோப்பைகளில் காப்பி வரும்போது அதன் வாசனை அறிவித்தது. கணேஷ் வாங்கிக்கொண்டு அவருக்காகக் காத்திருந்தான்.

'சாப்பிடுங்க.'

கோப்பைகளின் கிளிங் கூடக் கேட்கும் துல்லியத்தில் மூவரும் மௌனமாகக் காப்பி அருந்தினார்கள். 'உங்க ரெண்டு பேரையும் பத்தி ரொம்பக் கேள்விப்பட்டிருக்கேன்.'

'உங்களைப் பத்தியும் நிறையக் கேட்டோம் சார்!'

'டேப்பில்தானே? எனக்கு நேரத்தை விரயம் பண்றது பிடிக்காது. அறிமுகமா, கட்டாயமா சில விஷயங்கள் சொல்லவேண்டியே இருக்கிறது. ஆல் தட் இன்ட்ரொடக்டரி நான்சென்ஸ்!'

'காப்பி நிஜமாகவே நல்லா இருக்கு சார். பிரயாணக் களைப்புக்கு அப்புறம் ரொம்ப ரிஃப்ரஷிங்கா இருக்கு.'

'காப்பிக் கொட்டையில் இருக்கிற காஃபின்தான் இதுக்குக் காரணம். சுமார் ஒரு பர்சண்ட் இருக்கு. என்ன வேலை செய்யறது பாருங்க! காப்பியுடைய வாசனையே கொஞ்சம் துடிப்பை உண்டாக்குது. மூளைக்குப் போற பிளட் வெஸல்ஸ் எல்லாம் டைலேட் ஆறது. அதனால ரத்த ஓட்டம் அதிகமாறது. பல்ஸ் ரேட் அதிகமாறது. இருதயம் கொஞ்சம் அதிகமாத் துள்ளறது. தசைநார்களைக் கொஞ்சம் வலுப்படுத்தறது. குடல்ல போய் கொஞ்சம் விளையாடுது. அதனால் கொஞ்சம் லாக்ஸேட்டிவ் எஃபக்ட் உண்டாகி நல்லா வெளிக்குப் போக உபயோகப்படுது. வேளைக்குத் தகுந்தாப்பல காப்பி நம்ம உடம்பைப் பாதிக்கிறது. காலைல காப்பி கிட்னியைத் தொடுது. சாப்பாட்டுக்கு அப்புறம் காப்பி சாப்பிட்டுப் பாருங்க, ஜீரண சக்தி அதிகமாகும்.

'மாலைல சாப்பிட்டா?'

மனசைப் பாதிக்கிறது. கற்பனைத் திறமையை ஜாஸ்தியாக்குது.'

'காப்பியைப் பத்தி உங்ககிட்ட வாலாட்ட முடியாதுன்னு நினைக்கிறேன். ஹேட்ஸ் ஆஃப் சார்.'

'நான் காப்பியை காதலிக்கிறேன். அதுதான் என் எல்லாம்... இப்போ!'

'நாம எப்ப உங்க எஸ்டேட்டைச் சுத்திப் பார்க்கலாம்?'

'நாளைக்கு. இப்ப பிரயாணக் களைப்பிலே இருப்பீங்க நீங்க. உங்களுக்காக மாடியில் ரூம் கொடுத்திருக்கேன். போய் கொஞ்ச நேரம் ரெஸ்ட் எடுத்துக்கங்க. அப்புறம் டின்னர்ம்போது சந்திக்க லாம், என்ன? நான் இப்ப வாக் போறேன். தாஸ் இவங்க ரூம் காட்டு.'

திடீர் என்று எழுந்து, வராந்தாவில் வேகமாக நடந்து சடுதியில் காணாமல் போனார்.

வஸந்தும் கணேஷும் சற்று நேரம் ஒருவரை ஒருவர் பார்த்துக் கொண்டிருந்து விட்டு, 'வாங்க தாஸ், ரூம் காமிங்க.'

மாடிப்படியில் ஏறி இடதுபக்க அறைக்கு அழைத்துச் செல்லப் பட்டனர். உயர உயர உத்தர அறை. ஃபால்ஸ் சீலிங் போட் டிருந்தது. ஜன்னல்களை தாஸ் திறக்க மேற்கே ஆரஞ்சு ரகளை யாக சூரியன் மலைமுகட்டில் தெரிய, தாமோதர் அதன் எதிரே நிழலாக நடந்துசெல்வது தெரிந்தது. பள்ளத்தாக்கு பனிநீலப் போர்வை போர்த்தியிருந்தது. மெர்க்காரா நகரத்தின் புகைப் படலங்கள் பிடிவாதமாகத் தாழ்வாகச் சுழன்று கொண்டிருந்தன. எங்கே வானம் மறைகிறது என்று சொல்வது சிரமமாக இருந்தது.

அறை இருவருக்கும் மிக அதிகம். ஒரு கட்டிலுக்கும் மற்றொரு கட்டிலுக்கும் இடைவெளியே இருபது அடி இருந்தது. தேக்கு மரத்தில் போன நூற்றாண்டு வேலைப்பாடுகள் செய்திருந்த கட்டில். 'டென்னிஸ் விளையாடலாம் போல இருக்கு பாஸ்.' அத்தனை பெரிய கட்டில். 'இந்த மாதிரிக் கட்டில் எல்லாம் அரபு ஷேக்குக்குத்தான் சரி. ஏம்பா தாஸ், முதல்ல பாத்ரூம் எங்க சொல்லு? அங்கே கொஞ்சம் அர்ஜெண்ட்டாப் போகணும்.'

தாஸ் காட்டிய பாத்ரூம் இத்தாலிய தேசத்து ராஜாக்கள் ஜலக் கிரீடை செய்ய உகந்ததுபோல இருந்தது. சலவைக்கல் பதித்து, காட்டு எருமைபோல பிரும்மாண்டமான தொட்டியில் பளபளப் பாகக் குழாய்கள். வென்னீரும் தண்ணீருமாகக் காத்திருந்தன. 'இங்கே அல்பசுத்தி செய்துகொள்ளவே மனசு வராது' போல அத்தனை சுத்தமாக இருந்தது.

வஸந்த் கதவைச் சாத்திக்கொண்டு தன்னைப் பெரிய கண்ணாடி யில் பார்த்துக்கொண்டான். நின்றுகொண்டு போகும்போது

ஒருமுறை திருப்பிப் பார்த்து, 'சீ பார்க்காதே' என்று சொல்லிக் கொண்டான். எதிரே மற்றொரு கதவு இருந்தது. அதைத் திறந்து பார்த்தான். அந்தப் பக்கம் மற்றொரு அறை தெரிந்தது. பாத்ரூம் இரண்டு அறைக்கும் பொது என்பது தெரிந்தது.

வெளியே வந்ததும், 'தாஸ், அந்தப் பக்கம் ஒரு ரூம் இருக் கில்லை' என்றான்.

'ஆமாங்க, இப்ப அங்க யாரும் இல்லைங்க.'

'அதுவும் கெஸ்ட் ரூமா?'

'இல்லைங்க! அதிலதான் அம்மா இருந்தாங்க. அவங்க விட்டுப் போனப்புறம் அய்யா அங்க போறதே இல்லைங்க. எல்லாம் போட்டது போட்டபடியே இருக்குங்க.'

'அப்படியா?'

'உங்களுக்கு ஏதும் அசௌகரியமா இருக்கும்னா அந்தப் பக்கம் பூட்டிடறேனுங்க.'

'வேண்டாம்பா. அங்க யார் போகப் போறாங்க! அப்படியே இருக்கட்டும். இந்த ரூம்லயே நடக்கறதுக்கு கால் மணி ஆயிரும் போல.'

'வெள்ளைக்காரங்க காலத்து கட்டிடங்க. அதான் எல்லா ரூமும் இத்தனை பெரிசா இருக்கு.'

'தாஸ், இப்ப நீ போறியா?'

'வரேங்க. ஏதாவது வேணுமின்னா பெல் பண்ணுங்க. அய்யா ராத்திரி எட்டு மணிக்குச் சாப்பிடுவாருங்க. இன்னிக்கு உங் களுக்கு விருந்துங்க.'

'சரி.'

தாஸ் போனதும் வஸந்த் ஷூவை அவிழ்த்துவிட்டு சாக்ஸ் கால் களுடன் தன் படுக்கையில் விழுந்தான். 'எத்தனை பெரிய இடம்! படுக்கையே ஒரு ஏக்கரா இருக்கும்போல இருக்கு பாஸ். அந்தப் பக்கத்து அறை இதைவிடப் பெரிசா இருக்கும்.'

'அங்கெல்லாம் போக வேண்டாம் வஸந்த்!'

'யார் போனாங்க? பாத்ரூம் கதவு இருந்தது. திறந்தேன். பெரிசா ரூம்.'

'இருக்கட்டும்.' கணேஷ் தன் பெட்டியிலிருந்து லுங்கி எடுத்துக் கட்டிக்கொண்டான். வஸந்த் ஒரு சிகரெட் பற்றவைத்துக் கொண்டான். 'காப்பில ஏதோ போதை கலந்த மாதிரி அவ்வளவு சுறுசுறுன்னு இருந்திச்சு.'

'ஆமாம், நல்ல காப்பிதான் வஸந்த். ஹாலில் அந்தப் பெண்ணைக் கவனிச்சயோ நீ?'

'எந்தப் பொண்ணு? எனக்குத் தெரியாம?'

'போட்டோடா!'

'யார் போட்டோ?'

'அவர் மனைவியா இருக்கணும்.'

'பார்த்துட்டீங்களா? எப்படி அவர் மனைவின்னு தெரியும்?'

'ஓரத்திலே மேஜைமேல் அழகா ரெண்டு பேர் படமும் பிரேம் போட்டு வச்சிருந்தது.'

'வயசு என்ன இருக்கும்?'

'யங்காத்தான் இருந்தா, நான்சென்ஸ்! வஸந்த், இந்த வக்கீல் புத்தி நம்மை விட்டுப் போகாது. நாம இங்க வந்து ரெஸ்ட் எடுக்க வந்த பதினைஞ்சு நிமிஷத்துக்குள்ளயே விசாரிக்க ஆரம்பிச்சோம் பாரு. ஸ்ட்ரிக்ட்டாச் சொல்லிட்டேன். கேள்விகள் கூடாது! நாம இங்க வந்தது கேள்வி கேட்க அல்ல. ரிலாக்சேஷனுக்கு!'

'ஓ.கே. ஓகே.'

வஸந்த் தன் பெட்டியிலிருந்து ஹார்மோனிக்காவை எடுத்துக் கொண்டு வாசித்துப் பார்த்தான். இப்போதுதான் பழக ஆரம் பித்திருந்தான். 'பாஸ், நான் இப்ப வாசிப்பது என்ன பாட்டு தெரியுமா?'

'ஜனகணமன!'

'என்ன பாஸ்! நான் என்னவோ 'வாடி என் கப்பக்கிழங்கே' வாசிக்கிறதா நினைச்சுக்கிட்டிருக்கேன்.'

'உனக்கு ஏண்டா இதெல்லாம் புது அவஸ்தை!'

'பொழுதுபோக்கு. இந்தப் பிரதேசத்தில் கண்ணுக்கெட்டின தூரம் வரை பொண்ணுங்க ஏதும் அம்படாதுபோல இருக்கு. பேசாம ஹார்மோனிக்காதான் வாசிக்கணும்.'

'காப்பி தோட்டத்தில் எலை தழை பறிக்கிறதுங்க ஒண்ணு ரெண்டு நல்லா இருக்கும். நாளைக்குப் போய் பார்த்துட்டு வா!'

'நீங்க என்ன செய்யப்போறீங்க?'

'நானா? ஸ்பினோஸாவைப் படிச்சு முடிக்கப்போறேன். 'வார் அண்ட் பீஸ்' முடிச்சே ஆகணும். மெட்ராஸ்ல கனவா இருக்கிற புஸ்தகங்களை எல்லாம் இங்க படிச்சுத் தீர்த்துரப் போறேன். எல்லா புஸ்தகமும் கொண்டுவந்திருக்கேன். இடம் நல்லாத் தாண்டா இருக்கு. மூக்கை உறிஞ்சி காத்தை மாதிரி பார்த்தாலே வித்தியாசமா இருக்கு. என்னவோ இதுக்குன்னு வாசனை!'

'கொஞ்சம் கவனக்குறைவா இருந்தா, கவிதை எழுத ஆரம் பிச்சுருவீங்கபோல இருக்கே.'

கணேஷ் உண்மையாக நிம்மதியும் சந்தோஷமுமாகத்தான் இருந்தான். தப்பிப்போய் ஒரு தடவை விசில்கூட அடித்தான். படுக்கையில் படுத்துப் பார்த்தான். எழுந்தான். மூச்சுக்குள் பாடிக் கொண்டே தன் பெட்டியிலிருந்த ஷேவிங் உபகரணங்கள் சோப்பு, எண்ணெய், சீப்பு முதலியவற்றை எடுத்து பாத்ரூமில் கொண்டுபோய் அடுக்கி வைப்பதை வஸந்த் திருப்தியுடன் பார்த்துக்கொண்டிருந்தான். கணேஷுக்கு நிச்சயம் உடம்பு சரியாகிவிடும்.

'இங்கே பத்து பதினைந்து நாள் இருந்தா, ஒரு சுத்து பெருத்துரு வோம் பாஸ்! சுமாராப் பாடறீங்க. விசில்ல நோட்டு வாசிக் கிறீங்க. ஆர்கெஸ்ட்ரால சேத்துவிட்டரலாம்போல இருக்கே.'

'நீ என்ன கலாட்டா பண்ணாலும், நான் கோவித்துக்கொள்ளப் போறதில்லை!'

கணேஷ் தன் புத்தகங்களை ஒவ்வொன்றாக ஆசையாகப் பார்த்து அடுக்கிக்கொண்டிருந்தான்.

''வார் அண்ட் பீஸ்' முடிச்சுரலாம்னு நினைக்கறீங்களா? என்ன பேராசை! அதில் இருக்கிற பெயர்களை ஞாபகம் வெச்சுக்கவே ஒரு வாரம் தேவைப்படும். நாம இங்க எத்தனை நாள் இருக்கப் போறோம்?'

'பதினைஞ்சு நாள் அல்லது அவர் உன் உபத்திரவம் தாங்காம துரத்தறவரைக்கும்.'

'சாரோட செஸ் ஆடப்போறீங்களா?'

'முதல்ல உன்னை ஆடி ஜெயிச்சுட்டு ஃபைனல்ஸ் வரட்டும். ஆமா உன்னை அப்பவே கேக்கணும்னு நினைச்சேன். ரய் லோபெஸ்னா என்னன்னு சொன்னே?'

'ஒரு ஓப்பனிங்...'

'ஏதாவது கதை விடாத. ரய் லோபெஸ்ங்கறது பிஷப்பை ஒரு குறிப்பிட்ட பொசிஷனுக்குக் கொண்டுவரதுக்குச் சொல்லு வாங்க.'

'நான் என்னமோ சும்மா விட்டுப் பார்த்தேன். அவ்வளவு க்ளோஸா கவனிக்கக் கூடாது. உங்ககிட்ட செஸ் வெச்சுக்க முடியுமா? ஆனா ஒரு தடவை கேரளா போய்ட்டுத் திரும்ப வரப்ப உங்களை ஜெயிச்சிருக்கேன். ஞாபகம் வச்சுக்கங்க.'

'ஏதோ குருட்டாம்போக்கில் ஜெயிச்சிருப்பே. எவ்வளவு தடவை தோத்திருக்கே?'

'அப்ப, நாளைல இருந்து கார்ப்போவுக்கும் கார்ச்சனாய்க்கும் இருவது மாட்சா?'

'பார்க்கலாம். ஆசாமி எப்படி ஆடறார்னு உன்னோட ஒரு ஆட்டம் ஆட விட்டுட்டு அப்புறம் பார்க்கலாம் வஸந்த். எனக்கு நிஜமாகவே நிம்மதியாகவும் சந்துஷ்டியாகவும் இருக்கு. மை காட்! டென்ஷன்தான் காரணம். மெட்ராஸ்ல இருந்தா கோர்ட்டும் கேஸுும் எப்பவும் அடிவண்டி மாதிரி மனசை விட்டு விலகவே விலகாது. தூக்கத்தில்கூட துரத்தும். இப்பப் பாரு, நாளைக்கு கோர்ட்டுக்குப் போகவேண்டாம்ங்கற ஃபீலிங்கே என்னமோ தடவின மாதிரி இருக்கு. வஸந்த், நீ என்ன பண்றே, எஸ்டேட்டில் ஏகாந்தமா இடம் இருக்கு. எங்கயாவது தனியா ஒதுங்கி, ஆசை தீர பிராக்டீஸ் பண்ணு, என்ன?'

‘நீங்க?’

‘படிக்கப்போறேன். செஸ் ஆடப்போறேன். அவ்வளவுதான்.’

தாஸ் வந்து, ‘அய்யா கூப்பிடராங்க. தயாரா இருந்தா வரச் சொன்னாருங்க’ என்றான். கணேஷும் வஸந்தும் முகம் கழுவிக் கொண்டு வேற்றுடை மாற்றிக்கொண்டு கீழே இறங்கும்போது தாமோதர் தன் இங்கிலீஷ் சூட்டைத் துறந்துவிட்டு உயர்தர கைத்தறி சில்க்கில் சட்டை அணிந்து, அதன் காலரைத் திறந்து அதனுள் நீலத்தில் ஒரு ஸ்கார்ஃப் செருகியிருந்தார். உன்னத உடைகளின் பிரியர் என்று தோன்றியது. ‘வாங்க கணேஷ்! டின்னர் சாதாரணமா நான் எட்டு மணிக்கு சாப்பிடுவேன். இஸ் இட் ஓக்கே ஃபார் யூ?’

‘சார், நாங்க இருக்கிறவரைக்கும் உங்க டைமிங்ஸ்படியே கடைப் பிடிக்கிறோம்.’

‘தட்ஸ் நைஸ். உங்க டைமிங் எப்படி?’

‘அதாவது எப்ப ராத்திரி சாப்பிடுவீங்கன்னு கேக்கறீங்களா? ஒரு நாளைக்கு ஒன்பது, ஒரு நாளைக்கு பத்து, ஒரொரு நாளைக்கு ராத்திரி ஒரு மணிக்கு பாயா குஸ்கா சாப்பிடுவோம்.’

‘சரிதான்! உடம்பு என்னத்துக்கு ஆறது? வாட் வில் யூ ஹேவ்? விஸ்கி?’

‘இல்லை சார். நான் குடிக்கிறதில்லை’ என்றான் கணேஷ்.

‘வாட் எபவ்ட் யூ?’ என்றார் வஸந்தை நோக்கி.

‘நானும் குடிக்கிறதில்லை, காந்தி பிறந்த நாள்ல மட்டும்!’ என்றான்.

அவர் சிரித்து, வஸந்துக்கு ஒரு கண்ணாடிக் கோப்பையில் ஸ்காட்ச் ஊற்றி ‘சோடா?’ என்றார்.

‘பேடா! ஐஸ் கட்டி போதும்.’

‘மிஸ்டர் கணேஷ், உங்களுக்குக் கொஞ்சம் கோலா கொடுக் கறேன். லேடிஸ் டிரிங்க். ஒரு வகை ஷாம்பேன் மாதிரி.’

‘ஆல் ரைட்!’ ஒப்புக்கொண்டான்.

மூவரும் வராந்தாவில் உட்கார, லேசான குளிர் காற்று பட்ட னுக்குள் புகுந்தது. தூரத்தில் இயற்கையின் இரவு ராகங்கள் மட்டும் கேட்டுக்கொண்டிருக்க,

'நகரத்தில் இந்த மாதிரி அமைதி உங்களுக்கு கிடைக்குமா?'

'இந்த மாதிரி ஸ்காட்சும் கிடைக்காது' என்றான் வஸந்த்.

'சொல்லுங்க' என்றார் தாமோதர்.

'என்ன சொல்லணும்?'

'உங்களைப் பத்தி.'

'எங்களைப் பத்தி என்ன சார்? ரெண்டு லாயர்ஸ். கொஞ்சம் நேர்மையா இருக்கலாம்னு முயற்சிக்கிற ரெண்டு லாயர்ஸ்.'

'ரொம்ப பிஸியா இருப்பீங்க போலிருக்கே.'

'எல்லாம் வெட்டி வேலை சார்! லாயர் ப்ரொஃபஷனையே எடுத்துட்டு, பழங்காலத்து மனுநீதிச் சோழன் மாதிரி மணி அடிச்சு நீதி வழங்கலாம்னு தோணுது, எல்லாரும் அன்ஸ்க்ரூப்புலஸ்.'

'இப்ப யார்தான் கொள்கையோட இருக்காங்க மிஸ்டர் வஸந்த்? எங்களையே எடுத்துக்குங்க. எப்பவாவது பங்களூர்ல காஃபி ஆக்ஷன் நடக்கிறபோது போய்ப் பாருங்க. புதுசா ஒரு ஆளு முன்னுக்கு வரவே முடியாது. சாப்ட்டுருவாங்க. வேணுமின்னே ஓவர் பிட் பண்ணி, அவனை வெறுப்பேத்தி, தக்க சமயத்தில காலை வாரிவிட்டுட்டு ஏகப்பட்ட நஷ்டத்தை ஏற்படுத்திரு வாங்க! அதேமாதிரிதான் லாயர்ஸூம்! அயோக்கியத்தனம் என் கிறது நம்முடைய தேசியப் பறவை!'

தாமோதர் சட்டென்று தன் கிளாஸைக் காலி செய்தார். 'என்ன வஸந்த், இன்னும் அப்படியே வெச்சுக்கிட்டு இருக்கீங்க?'

'நீங்க எக்ஸ்பிரஸ் வேகத்தில் முடிக்கிறீங்க, நம்பால இந்த ஸ்பீட் தாங்காது.'

'கணேஷ் எப்ப செஸ் ஆடலாம்?'

'நீங்க எப்ப சொல்றீங்களோ?'

‘சாப்பிட்டுட்டு ஒரு ஆட்டம் ஆடிப் பார்க்கலாமா?’

வஸந்த், ‘சார், முதல்ல என்கூட ஆடிப்பாருங்க சார்!’

‘ஓ எஸ் ஆடிட்டாப் போச்சு. உங்க ரெண்டு பேர் கூடவும் விளையாடத்தானே உங்களைக் கூப்பிட்டிருக்கேன்? செஸ் கிளாக் வெச்சுண்டு ஆடலாமா, இல்லை அப்படியே ஃப்ரீயா?’

‘செஸ் கிளாக்கா? அது என்னது?’ என்றான் வஸந்த்.

கணேஷ், ‘பிரத்தியேகமான ரெட்டை கடிகாரம். செஸ் ஆட றதுக்கே ஏற்பட்டது. நம்ம மூவை முடிச்சுட்டு எதிர் ஆசாமி கிளாக்கைத் தட்டி விட்டுரணும். அடுத்த மூவுக்கு அவர் எத்தனை டைம் எடுத்துக்கறார்ன்னு கணக்கு சரியாத் தெரிஞ்சுரும்.’

‘டயத்துக்குள்ள மூவ் பண்ணலைன்னா?’

‘யூ லூஸ்’ என்றார் தாமோதர்.

‘ஒவ்வொரு மூவுக்குமா?’

‘இல்லை. மொத்தமாகவும் வெச்சுக்கலாம். இல்லை, ஒரு மணிக்கு இருபத்து நாலு மூவ் வெச்சுக்கலாம்.’

‘பாஸ், சார் பேசறதைப் பார்த்தா கொஞ்சம் பெரிய கைன்னு தெரியுது. சார் எனக்குக் கெடிகாரம் எல்லாம் வேண்டாம். அது இல்லாமலேயே தோக்கறேன். பாஸ்கூட ஆடுங்க, கெடியாரம் எல்லாம் வெச்சுக்கிட்டு.’

‘கணேஷைத் தோற்கடிக்கறது கஷ்டம்போல இருக்கே?’

‘அதெல்லாம் இல்லை. சுமாரா ஆடுவேன்.’

‘கடைசி வரைக்கும் விடமாட்டார். தோக்கடிக்கிறது அத்தனை சுலபமில்லை.’

‘வஸந்த்! அவர் ஸ்டாண்டர்ட் தெரியாதவரைக்கும் நம்மைப் பத்திப் பேசறது சரியில்லை. முதல்ல இவன்கூட ஆடுங்க சார். நான் பார்க்கறேன்!’

‘முதல்ல சாப்பிடலாம்.’

டைனிங் டேபிள் அருகில் மறுபடி அந்தப் பெண்ணைப் பார்த்தான் கணேஷ். போட்டோ ரூபத்தில்தான். டைனிங் மேசையை அடுத்து ஒரு அழகான எழுதும் மேசை இருந்தது. அதில் சிறிய அலங்கார ஃப்ரேம் போட்டு இரட்டை போட்டோக்கள் இருந்தன. ஒன்று தாமோதர். எதிரே அந்தப் பெண். அதையே சற்று பார்த்துக்கொண்டிருந்ததை தாமோதர் கவனிப்பதை உணர்ந்து முகத்தைத் திருப்பிக்கொண்டான். மனசில் அந்த முகம் மிச்சமிருந்தது. சின்னப் பெண்தான். அழகான பெண் என்பது பளிச்சென்று அர்த்தமாயிற்று. லேசாக உதடுகள் திறந்திருக்க, உள்ளே தெரிந்த பல்வரிசையும் கண்களின் அகலமும் நெற்றியில் விழுந்த மயிற்கீற்றும் இவள் ஏன் ஓடிப் போய்விட்டாள்? தாமோதரைப் பார்த்தான். அவர் அப்போதுதான் வந்திருந்த சூப்பில் மிளகும் உப்பும் சேர்த்துக் கொண்டிருந்தார்.

'எப்படி இருக்கு வஸந்த்?'

'டிலைட்ஃபுல். நான் இந்த மாதிரி சூப் சாப்பிட்டது இல்லை!'

'மஷ்ரூம் சூப்.'

'நாய்க்கொடையா இவ்வளவு நல்லா இருக்கு? சான்ஸே இல்லை!'

'நான் ஜெர்மனிக்குப் போயிருந்தபோது... அவங்க நத்தையைத் தின்றாங்க தெரியுமா?'

'பாத்திருக்கேன் சார், அதுக்குன்னு குட்டியா ஃபோர்க் வெச்சிருப்பான். பாவம் அது பாட்டுக்கு மெள்ள போய்க்கிட்டு இருக்கு. அத்தைப் புடிச்சு திங்கறதுன்னா!'

'கணேஷ், என்ன பேசாமயே இருக்கீங்க?'

'இல்லை சார். ஐம் என்ஜாயிங்க் யுவர் ஃபுட்.'

'அப்படியா? நீங்க அவ முகத்தைத்தான் ரசிச்சிட்டிருந்தீங்கன்னு நினைச்சேன்!'

கணேஷ் சின்னத் திருட்டில் அகப்பட்டுக்கொண்டவன்போலத் திடுக்கிட்டு, 'என்ன சொல்றீங்க?' என்றான்.

'கமான்! பாசாங்கு வேண்டாம். நீங்க வந்ததில இருந்து அந்த போட்டோவை அடிக்கடி பாக்கறீங்க! அது என் மனைவி!'

'அப்படியா?'

'வேலைக்காரங்க ஏதாவது சொன்னாங்களோ?'

'இல்லையே.'

'ஏதும் சொல்லலையா? டிரைவர் தாஸ் வரப்ப உங்ககிட்ட என் மனைவியைப் பத்தி...'

கணேஷ் சற்றுத் தயங்கி, 'இல்லை...இல்லை' என்றான். சட்டென்று பொய் சொல்ல வரவில்லை.

'சொல்லியிருப்பான்னு நினைச்சேன். நான் சொல்றேன். அது என் மனைவி. நீங்க யோசிச்சிருக்கலாம். என்னடா, விருந்தாளிங்க வந்திருக்கோம். வரவேற்க ஏதாவது ஒரு சந்தர்ப்பத்திலாவது மனைவி வரலையேன்னு. சாரி அவ இருந்திருந்தா, உங்களை ரொம்ப நல்லா வரவேற்றிருப்பா. அவ இப்போ இல்லை!'

'ஐம் ஸாரி சார்!'

'செத்து கித்துப் போயிடலை! விட்டுட்டுப் போயிட்டா!'

இதைச் சொல்லும்போது தாமோதரின் முகத்தைப் பார்த்தான் கணேஷ். நேர்ப்பார்வை பார்த்துக்கொண்டு உணர்ச்சிகளைப் பத்திரமாகக் கட்டுப்படுத்திப் பேசுவதுபோல இருந்தது. கணேஷுக்கு சற்று அசந்தர்ப்பமாக இருந்தது. பேச்சை மாற்ற நினைத்தான். அவரே மாற்றினார். 'எனிவே அது என் சொந்த விஷயம்! அதைச் சொல்லி உங்க விடுமுறையைக் கெடுக்க விரும்பலை. வஸந்த்! இன்னொரு சிக்கன்! நெய்ல ரோஸ்ட் பண்ணது!'

'வேண்டாம் சார்! இதுவே வயிறு பூரா வியாபிச்சிருக்கு!'

'சமையல் எப்படி?'

'குக்கை எங்க பிடிச்சிங்க? தேவலோகத்திலயா?'

'ஐம் கிளாட் யூ லைக் இட்! பஞ்சாப்காரன். நல்லா தமிழ் பேசுவான். இட்லி தோசை எல்லாம் செய்வான்.'

'எல்லாத்திலயும் ஒருவித கனாய்ஸியர் போல இருக்கு நீங்க.'

'ஆமாம்! எதைத் தேர்ந்தெடுத்தாலும் சிறந்ததைத்தான் தேர்ந் தெடுப்பேன்!'

கணேஷ் தன்னையறியாமல் போட்டோவைப் பார்க்க, 'ஷி வாஸ் தி பெஸ்ட்! அப்படித்தான் நான் நினைச்சுக்கிட்டு இருந்தேன்.' அவர் டைனிங் மேசையிலும் தன் விஸ்கியை தண்ணீருக்குப் பதில் குடித்துக்கொள்வது கணேஷுக்குச் சற்று கவலையாக இருந்தது. எவ்வளவு தாங்குவார்? ஒரு நிலைக்கு அப்புறம் தன் மனைவியைப் பற்றி தன்னிரக்க புராணம் ஆரம்பித்து விடப் போகிறார் என்று கவலையாக இருந்தது.

சாப்பிட்டு முடிந்ததும் பைப் பற்ற வைத்துக்கொண்டார். வெளி ஹாலுக்கு வர, அதன் நடுவே சதுரங்கக் காய்கள் போர்டில் ரெடியாக அமைக்கப்பட்டிருந்தன. தினசரி ரொட்டின் இது. எதிராளி இருந்தாலும் இல்லாவிட்டாலும்!

'எதிராளி இல்லாட்டா எப்படி ஆடுவீங்க? நீங்களே ரெண்டு பக்கமுமா?'

'சேச்சே, அது பைத்தியக்காரத்தனமான ஆட்டம். செய்தித்தாள்ள வர செஸ் பிராப்ளம்ஸ் எல்லாம் எடுத்து வெச்சுக்கிட்டு போடுவேன். எனக்கு கார்ச்சனாய் பிடிக்கும். உங்களுக்கு யாரைப் பிடிக்கும் கணேஷ்?'

'பாபி ஃபிஷர்.'

'இன்னொரு ஜீனியஸ்! அவன் செஸ்ஸைப் பத்தி என்ன சொன்னான் தெரியுமா?'

'இட்ஸ் எ சைக்கிக் மர்டர்னு!'

'ப்யூட்டிஃபுல்! இந்த ஆட்டத்தின் முக்கியம் மனோதத்துவம் தான்! இப்பக்கூட மணிலாவில் ஆடறாங்களே, ஒருத்தன் பாரா சைகாலஜிஸ்டை வெச்சுக்கிட்டு இருக்கான். இன்னொருத்தன் யோகா ஆசாமி.'

'எதுக்கு?'

'சும்மா முறைச்சுப் பார்த்துக்கிட்டே இருக்கிறதுக்கு!'

'சரிதான் பாஸ்! நான் அம்பேல்! என்னை மூணு மூவ்ல மேட் பண்ணிடுவார்.'

'பயப்படாதீங்க வஸந்த். மூணு மூவ்ல யாராலயும் மேட் பண்ண முடியாது.'

'ஃபூல்ஸ் மேட் இருக்கே.'

'கணேஷ்! நீங்க சொல்லுங்க. வஸந்த் எப்படி ஆடுவார்?'

'சுமாரா ஆடுவான்.'

'வஸந்த், டு யூ வாண்ட் டு மீட் சம் இண்ட்ரஸ்டிங் கர்ள்ஸ்?'

'இப்பவா?'

'இப்ப இல்லை! நாளைக்கு!'

'பார்க்கலாம். முதல்ல உங்ககூட ஒரு ஆட்டம் ஆடிப் பார்த்தே ஆகணும்.'

காய்களுக்கு முன் அவர்கள் உட்கார, வஸந்த் கருப்பு ஆடினான். சம்பிரதாய ஆரம்பங்களுக்குப் பிறகு திடுதிடுப்பென்று ராணியை எதிர்தரப்பின் வயிற்றில் கொண்டு வைத்தான். அவர் சற்று நேரம் யோசித்தார். கணேஷ் பார்த்துக்கொண்டிருந்தான். இந்த மாதிரி அசாதாரண விளையாட்டுக்கு அவர் தயாராக இல்லை. நெற்றியைச் சுருக்கிக்கொண்டு யோசித்தார். வஸந்த் கணேஷைப் பார்த்து கண்ணடித்துவிட்டு, 'சார் உங்களுக்கு ஆட்சேபணை இல்லேன்னா சிகரெட் குடிக்கலாமா?'

'ஓ எஸ், பை ஆல் மீன்ஸ்!'

'அப்படியே கொஞ்சம் தீர்த்தமும்?'

'அட இதென்ன கேள்வி! எடுத்துக்கங்க!'

வஸந்த் ஸ்காட்ச் கொஞ்சம் ஊற்றிக்கொள்ள, கணேஷ் அங்கீகரிக்கவில்லை என்பது தெரிந்தது. இப்போது தாமோதர் தயாராகிவிட்டார். தன் ராணியை முன்னால் கொண்டுவந்து நிறுத்தினார். அதுதான் தற்போதைக்கு அபாயத்தைத் தவிர்க்க வேண்டிய கட்டாயத்தில் செய்யவேண்டியிருந்தது. வஸந்த் தயங்காமல், ராணிக்கு ராணி வெட்டு வாங்கிவிட்டான். தொடர்ந்து ஒரு குதிரையை வெட்டி, அதற்கு பதில் பிஷப்பைக் கொடுத்தான். வஸந்த் ஒரு பான் கூடுதலாக வெட்டிக் கொண்டான்.

'பரலாயில்லைங்க. கொஞ்சம் அக்ரெஸிவா ஆடறார்! கொஞ்சம் அசந்தேன். உள்ளே வந்துட்டார்.'

'தப்பிச்சீங்க சார்! அந்த மாதிரிதான் போர்டை சுத்தம் பண்ணிடு வான். பார்த்து ஆடுங்க. எக்ஸ்சேஞ்சுக்குத் தயங்கவே மாட்டான்!'

தாமோதர் அவசரமாக ராஜாவின் பக்கம் காஸில் செய்து கொண்டார். வஸந்தும் செய்துகொண்டான். அவர் ரொம்ப யோசித்து ஒரு பானை நகர்த்த, வஸந்த் யானையை ஒரேயடியாக ஆக்கிரமிப்பில் இறங்கினான். கணேஷுக்கு அது ரொம்ப அபாயகரமான மூவ் என்று தோன்றியது. அவர் சரியாகக் கவனிக்கவில்லை என்றால், இரண்டு மூவில் மேட் ஆகிவிடும் போலத் தோன்றியது. அவர் கவனித்ததாகத் தெரியவில்லை. வஸந்த் இன்னும் ஆக்ரோஷமாகத் தாக்க முற்பட்டு, இரண டாவது யானையை முன்னே அனுப்பினான். அடுத்த மூவில் மிக அபாயம் போலத்தான் இருந்தது. இப்போது அவர் குறிக்கோள் இல்லாமல் நகர்த்துவதுபோல நகர்த்த, வஸந்த் ராஜாவைத் தாக்க 'செக்' என்றான். அவர் ஒளிந்துகொண்டார். வஸந்த் மறுபடி செக் கொடுத்தான். மறுபடி ஒளிந்தார். மூன்றாம் முறை வஸந்த் அவசரத்தில் யோசிக்காமல் பெரிய தப்பு செய்துவிட்டான். அவர் அதை எதிர்பார்த்தவர்போல சரசரவென்று அடுத்தடுத்து மூன்று காய்களை வெட்டிவிட்டார். இரண்டு யானையும் ஒரு குதிரை யும்! வஸந்தின் முகம் மாறிவிட்டது. 'ஸாரி சார், தப்பா மூவ் பண்ணிட்டேன்!'

'ராங் மூவ்னா ராங் மூவ்தான்! அப்ப நான் கூட எட்டாவது மூவ்ல ஒரு பிளண்டர் பண்ணேன்! நகத்துங்க! இப்ப வாங்க!' என்றார்.

வஸந்த் எழுந்துவிட்டான். 'ஒரு தப்பு பண்ணிட்டேன். அத னாலேதான்' என்று மழுப்பினான்.

'அது சால்ஜாப்பு. தோத்துட்டீங்க இல்லையா?'

'இன்னொரு ஆட்டம் வாங்க சார்!'

'நாளைக்குப் பார்க்கலாம். உங்க கணேஷோடயும் ஆட வேண்டாமா?'

'பாஸ், இவரை ஈஸியா ஜெயிக்கலாம்' என்றான் சற்றே நடுங்கும் குரலில். வஸந்துக்குக் கோபம் என்பது தெரிந்தது.

'யார் இல்லேன்னு சொன்னா வஸந்த்? நாளைக்கு கணேஷோட முதல் ஆட்டம் ஆடிப்பிட்டு, அப்புறம் உங்ககூட இரண்டாவது வரேன். ஆனா இந்த மாதிரி இப்படி நடந்திருக்கக்கூடும், இப்படி மாத்தி இருக்கக்கூடும்னு மட்டும் பேசாதீங்க. காயை நகத்தினா நகத்தியாச்சுதான்.'

'சரி சார். எனக்குத் தூக்கம் வரது. நான் போகட்டுமா? எஸ்க்யூஸ் மீ!'

'இன்னும் கொஞ்சம் விஸ்கி!'

'வேண்டாம் சார். குட் நைட்! குட் நைட்! பாஸ் நீங்க வேணா அப்புறம் வாங்க.'

அவன் போனதும் தாமோதர் மெல்லச் சிரித்தார். அவளும் இப்படித்தான் கோவிச்சுப்பா. தோத்தா அழுகையே வந்துடும். அதுக்காகவாவது அவள் ஜெயிக்கிற மாதிரி ஆடுவேன். அப்படியும் அவளுக்குச் சமாதானமே ஆகாது. 'வேணும்னே தோத்தீங்க! நிஜமா தோத்துப்போங்க'ம்பா. நிஜமா ஒரு விஷயத்தில் தோத்துட்டேன்! தோத்துட்டேன்!'

கணேஷ் பேச்சை மாற்ற விரும்பி, 'வஸந்த் ஆட்டத்தைப் பத்தி...' என்றான்.

'துடிப்பு! ஆனா அவசரம்! அந்த ராணியை மூவ் பண்ணாறே, பொய்ட்டிக்! நான் காலிண்ணே நினைச்சேன். ஆனா சஸ்டெய்ன் பண்ண முடியலை. நீங்க இப்ப ஆட விரும்பறீங்களா?'

'நோ ஐம் டயர்ட். காலைல பார்க்கலாம். பதினஞ்சு நாள் இருக்கப் போறோமே.'

'எங்கூட இந்த விளையாட்டை விளையாட இஷ்டம்தானே உங்களுக்கு?'

'நிச்சயம் சார்! உங்ககூட ஜாக்கிரதையா விளையாடணும்.'

'பயப்படாதீங்க. தோத்தா வஸந்த் மாதிரி சல்க் பண்ண மாட்டேன்!'

'ஹி இஸ் யங்! குட் நைட் அண்ட் தாங்க்ஸ் ஃபார் த ஷாம்பேன்!'

'குட் நைட்.'

மாடிப்படி ஏறும்போது அவர் டைனிங் ஹாலுக்குப் போய் ஒரு முறை அவள் படத்தை உற்றுப் பார்த்துக்கொண்டிருப்பது கணேஷுக்குத் தெரிந்தது. எதற்காக ஓடிப்போனாள்? வேண்டாம்! வேண்டாம்! சதுரங்கம் போதும். விளையாட்டு போதும்.

மாடியில் வஸந்த் விழித்துக்கொண்டு விட்டத்தைப் பார்த்துக் கொண்டு படுத்திருந்தான்.

'ச்சே, க்வீனை நகர்த்தினேனோ இல்லையோ பின்னால் பிளாக் பிஷப்பை சப்போர்ட்டுக்குக் கொண்டுவந்திருந்தா ஆட்டம் க்ளோஸ்!'

'ஏய், இன்னும் அந்த ஆட்டத்தை ஆடிண்டிருக்கியா!'

'பாஸ், அந்தாளை சுலபமா ஜெயிக்கமுடியும்!'

'எனக்கென்னவோ அவ்வளவு சுலபம் இல்லைன்னுதான் தோணுது. மூவ் எல்லாம் விஸ்தாரமாத் திட்டம் போட்டு பண்ணறார்.'

'அவரைக் கண்டா எனக்குப் பிடிக்கலை!'

கணேஷ் சிரித்தான். 'என்னடாது, தோல்வியை இவ்வளவு சீரியஸா எடுத்துப்பேன்னு நான் நினைக்கலை.'

'அவர் மட்டும் சீரியஸா எடுத்துக்கலையா? ஒரு மூவை வித்ட்ரா பண்ண விடலையே!'

'சேச்சே! ரூல்ஸ் ஆர் ரூல்ஸ். எனக்கென்னவோ அவரைத் தோக்கடிக்கணும்னு ஆசை. ஏன் ஒரு வெறியா இருக்கு. நான் முயற்சி பண்ணிப் பார்க்கறேன்.'

'நீங்க இல்லை! நான்.'

'சரி நாளைக்குப் பார்க்கலாம். எங்கடா அந்த 'வார் அண்ட் பீஸ்'?'

3

காலை கேட்ட சப்தங்கள் எல்லாமே புதிதாக இருந்தன. இப்படியெல்லாம் பறவை ஒலி இருக்குமா என்று ஆச்சரியமாக இருந்தது. எழுந்தான். வஸந்த் ஏற்கெனவே விழித்துக் கொண்டிருந்தான். ஜன்னல்கள் ஏராளமாகத் திறக்க மலை முகட்டில் மூடுபனி. சூரியனின் தங்க ஊசிகள் தாங்காமல் பனிப் போர்வை கடையைக் கட்டத் தயாராகிக்கொண்டிருந்தது. உச்சத்தில் நீலவானமும் தெரிந்தது. 'வஸந்த்! ஸ்வெட்டரைப் போட்டுக்கோ. அந்த மலை முகட்டில் ஒரு மண்டபம் இருக்கு பாரு. வசீகரமா அழைக்கிறது. நடந்து போய்ப் பார்க்கலாம் வா.'

'இருங்க பாஸ், டீ காப்பிக்கு ஏதாவது வழி இருக்கா பார்க்கலாம். தாஸு தாஸு?' அவர்கள் பேச்சைக் கேட்டுக்கொண்டிருந்தவன் போல வேலைக்காரன் ஒருவன் பாட் நிறையக் காப்பியுடன் வந்து மவுனமாகக் கொண்டுவைத்தான். 'அய்யா எழுந்துட்டாரா?'

'எழுந்திட்டாருங்க. டென்னிஸ் ஆடப் போயிருக்காருங்க.'

இருவரும் பங்களாவின் ஹாலைக் கடக்கும்போது, அந்தப் பெண்ணின் படத்தின் அருகில் ஒரு புதிய மலர் வைத்திருப்பதை கணேஷ் கவனித்தான். போர்ட்டிகோவுக்கு வந்து பனித்திரைக்குள் நடந்

தார்கள். காற்றில் சிலுசிலுப்பு இருந்தது. கணேஷ் ஸ்வெட்டரை அணிந்துகொண்டான்.

'டிவைன் ப்ளேஸ்!'

'காப்பித் தோட்டமெல்லாம் தெரியலையே.'

'அதோ பார் சரிவில்! அதுவாத்தான் இருக்கும்.'

'நாம எங்க போறோம்?'

'அந்த வியூ பாயிண்டுக்குமேல ஏறிப் போகணும்.'

'காலைல எடுத்தவுடனே எக்சர்சைஸா? என்ன பாஸ்! மெட்ராஸ்ல நான் பண்ண ஒரே எக்சர்சைஸ் கெடியாரத்துக்கு சாவி கொடுத்தது!'

இருவரும் விருவிருவென்று நடக்க, ப்ளக் ப்ளக் என்று டென்னிஸ் ஒலித்தது. இங்கிருந்து சற்றே உயரத்திலிருந்து கோர்ட் தெரிந்தது. தாமோதர் யாருடனோ டென்னிஸ் ஆடிக் கொண்டிருந்தார்.

'குட்மார்னிங்' என்று கத்தினான்.

'குட்மார்னிங்! நல்லாத் தூங்கினீங்களா?'

'ஓ எஸ், நல்ல தூக்கம்.'

'என்ன வஸந்த்? கோபமெல்லாம் போச்சா? டென்னிஸ் ஆட வரீங்களா?'

'இல்லை, தாங்க்ஸ் சார், அப்புறம் பார்த்துக்கலாம்!'

'எங்க போறீங்க?''

'சும்மா ஒரு வாக்! அந்த மலை முகட்டில் மண்டபம் தெரியுதே அதுவரைக்கும்.'

'போய்ட்டு வாங்க. பள்ளத்தாக்கு முழுக்க தெரியும். ஜாஸ்தி எட்டிப் பார்க்காதீங்க. என்னப்பா ஸ்கோர்? ட்யூஸ் சர்வ் பண்ணு.'

மறுபடி ப்ளக் ப்ளக் கேட்க கணேஷ் அந்த முனையை நோக்கி உற்சாகமாகச் சென்றான். வஸந்த் இங்குமங்கும் பார்த்துக்

கொண்டு, 'டென்னிஸ்ல வேற சக்கையா நம்மை ஏறணும்னு பாக்கறார்! பாஸ் டென்னிஸ் ஆடுவீங்களா?'

'எப்பவோ காலேஜ்ல ஆடினது. நீ?'

'நான் ஆடற பால் விளையாட்டுகள் எல்லாம் வேற!'

'ஆரம்பிச்சுட்டியா! அதுக்கெல்லாம் உனக்கு இங்க சந்தர்ப்பம் கிடைக்காது!'

'சொல்ல முடியாது. நேத்திக்கு சார்கூட இன்ட்ரஸ்டிங் கர்ள்ஸ்னு ஏதோ சொன்னார்.'

'வஸந்த், அந்தப் போட்டோவைப் பார்த்தல்ல?'

'பார்த்தேன். தாமோதர் அதைப் பார்த்தவுடனே முகம் மாறிட றார். ஒருவிதமான தயக்கம் ஏற்படறது. அவர் ஏதோ நம்பகிட்ட சொல்ல விரும்பறார்னு நினைக்கிறேன்.'

'எனக்கென்னவோ அவர் அந்த டாப்பிக்கை எடுக்க விரும் பலைன்னுதான் தோணுது.'

'பாஸ், இது என்ன மரவட்டையா, இல்லை பாம்பா?'

'மரவட்டைதாண்டா, கொஞ்சம் பெரிசா இருக்குதில்லை?'

கணேஷுக்குச் சற்றே மூச்சு வாங்கியது. இருந்தும் உடம்பில் அதனால் ஏற்பட்ட அசதி விரும்பத்தக்கதாகவே இருந்தது.

கனவு மண்டபம் என்றுதான் சொல்லவேண்டும். வட்ட வடிவில் இருந்தது. நான்கு ஒல்லியான கம்பங்கள் முழங்கால் உயரத்துக்கு சுற்றுச்சுவர் அமைத்து மற்றதெல்லாம் திறந்திருந்தது. நடுவே இருவர் உட்காரப் போதுமான கான்கிரீட் நாற்காலி. மலையின் முகட்டில் இருந்து எட்டிப் பார்த்தால் சரேல் என்று ஆயிரம் அடி பச்சை இருட்டு. பள்ளத்தாக்கில் வெள்ளிச்சரிகைபோல ஒரு மைக்ரோ நதி ஓடியது.

'அடேயப்பா! இங்கு விழுந்தா மண்டை உடையறதுக்கே மூணு நிமிடம் ஆகும்போல இருக்கே.'

தூரத்தில் நீலநிற மஞ்சு போர்த்திய அபாரமான காட்சி.

'சூர்யோதயத்தின்போது பார்க்கணும். நல்லா இருக்கும்.'

'வஸந்த், எட்டிப் பார்க்காதே.'

'பாஸ், இந்த மாதிரி ஷியர் ஹைட்ஸ்ல படக்குனு குதிச்சா என்னன்னு ஒரு ஆசை வரது இல்லை? அது ஏன்?'

'எனக்கு இதைப் பார்த்தா கால்ல நரம்பெல்லாம் துருதுருங்கறது. வர்ட்டிகோ!'

'வேண்டாம், போயிரலாம்! உங்களுக்குப் பழைய மயக்கம் வந்துரப் போவுது!'

'சாவுக்கு ஒரு வசீகரம் இருக்கு பாத்தியா?'

'கவிதையா?'

'சே. வசனம்டா!'

'எல்லா வசீகரத்தையும் ரூம்ல போய் யோசிக்கலாம், வாங்க போயிரலாம். இது கொஞ்சம் கவர்ச்சியான இடம்தான்!'

கணேஷ் அந்தக் கம்பத்தைப் பிடித்துக்கொண்டு சுற்றிலும் பார்த்தான். எங்கு பார்த்தாலும் தொடர்ச்சியாக மலை. வானத்தை, மேகத்தை, மழையை வரவேற்கும் மலை.

'கொஞ்சம் கூர்ந்து பார்த்தா சொர்க்கம். காந்தித் தாத்தா, பாரதியார் எல்லாரும் தெரியறாங்க பாஸ்.'

'அறுக்காதே.'

'பாஸ்! அங்க பாருங்க' என்று வஸந்த் சற்றுக் கீழே காட்டினான்.

'என்னடா? ஓடை அல்லது ஆறு தெரியறது?'

'நான் கீழே காட்டலை. இன்னும் கொஞ்சம் கிட்டத்தில, ஒரு முப்பது முப்பத்தஞ்சு அடியில் மலையோரத்தில் ஒரு செடி நீட்டிக்கிட்டு இருக்குது பாருங்க!'

'விளையாடறியா? ஆயிரம் செடி இருக்கு!'

'இல்லை பாஸ். ஒரே ஒரு செடி மட்டும் கொஞ்சம் கோவிச்சுகிட்டு தனியா நீட்டிக்கிட்டு இருக்கு பாருங்க.'

'எதை சொல்றே? எனக்கு ஜாஸ்தி எட்டிப் பார்க்கத் தயக்கமா இருக்கு.'

'என் ஆள்காட்டி விரல் காட்டற திசையில சுமார் முப்பதடி ஆழத்தில, கீழ.'

'ஓ எஸ். தெரியறது. தனியா!'

'அதில பாருங்க. ஒரு கொடி மாதிரி நீட்டிக்கிட்டு இருக்கு. அங்கே போய் கொடியை யார் மாட்டியிருக்க முடியும்? துணி மாதிரி தெரியலை?'

கணேஷ் பார்த்தான். வஸந்துக்கு நல்ல பார்வைக் கூர்மை. கை அகலத்துக்குக் கொடி போலத்தான் துணித்துண்டு தெரிந்தது. சுமாரான முக்கோண வடிவத்தில். இன்னும் கூர்ந்து பார்த்தான். இல்லை. அது கொடி இல்லை. அதில் ஏதோ சற்று பெரிய பூச்சி உட்கார்ந்திருப்பதுபோலத் தெரிந்தது.

'வஸந்த், அது கொடி இல்லை.'

'நானும் அதான் நினைக்கிறேன் பாஸ். பாத்தா பாத்தா...' கணேஷ் சொல்லக் காத்திருந்தான்.

'ஒரு ஸாரியுடைய பகுதிபோல இருக்கு!'

'அதேதான் நானும் சொல்ல வந்தேன் பாஸ்! இது வந்து...'

'வஸந்த் டோண்ட்! கேள்வி ஏதும் கேக்காதே! நாம வந்திருக்கிறது ஹாலிடே மூட்ல. இப்பப் போய் நம்ம மெட்ராஸ் மூளையைப் பிரயோகிக்கவேண்டாம்.'

'அது அங்க எப்படி?'

'ஷட் அப்! ஆயிரம் காரணம் இருக்கலாம். உலர்த்தியிருந்த ஸாரி காத்தில் பறந்திருக்கலாம். செடியில் மாட்டிக்கிட்டு இருக்கலாம். மத்தப் பகுதி கிழிஞ்சுபோய், இது மட்டும் பாக்கியிருக்கலாம்.'

'ஆமா பாஸ்! அப்படித்தான் இருக்கணும். போகலாமா?'

திரும்பி வந்தபோது கொஞ்ச நேரம் டென்னிஸ் பார்த்தார்கள். தாமோதர் எதிராளியை திறமையாக துவம்சம் பண்ணிக் கொண்டிருந்தார். பாஸிங் ஷாட் ஒன்றுக்கு அவர் மட்டை

யிலேயே தட்டி சபாஷ் என்றார். தாமோதரின் சர்வீஸ் அவர் வயதுக்கு வேகமாக இருந்தது. கோர்ட்டில் நிறைய இங்கும் அங்கும் நகர்ந்து பந்தை எடுத்தார். இவரிடம் டென்னிஸ் ஆடினால் நிச்சயம் தோற்றுவிடுவேன் என்று கணேஷ் நினைத்தான்.

கணேஷுக்கு அவரைப் பிடித்திருந்தது. இத்தனை தனிமையிலும் சுவாரஸ்யமாக வாழ்க்கையை நடத்தலாம் என்பதை நிரூபிக்கும் இந்த வசீகரமான மனிதரிடம் நிறையப் பேச வேண்டும்போல இருந்தது. மனைவியைப் பற்றியா? சே மனைவி மனைவி!

டென்னிஸ் முடிந்ததும் எதிராளியை அறிமுகப்படுத்தினார். 'சத்தீஷ் அரவிந்தன், என் மேனேஜர். இந்த வட்டாரத்தில் டென்னிஸ் ஆடற பிரஜை இவர்தான். தோக்கடிச்சுத் தோக்கடிச்சு எனக்கு அலுத்துப் போச்சு. என்ன சத்தீஷ்?'

'சார் நல்லா ஆடறது' என்றான் சத்தீஷ். மலையாளம்.

'என்னைவிடப் பத்து வயசு சின்னவன். கோர்ட்டில் நகரவே மாட்டேங்கறான்!'

சத்தீஷ் சிரித்தான். சதுர முகம். நடு வகிடு எடுத்து பிரேம் நசீர் போல் வாரியிருந்தான். வெள்ளை பனியனும், கால்சராயும், மணிக்கட்டில் ரிஸ்ட் பேண்டுமாக டென்னிஸுக்கான பந்தாக்கள் எல்லாம் ஜோராக இருந்தன.

'உங்களைப்பத்தி முதலாளி நிறைய சொல்லியிருக்கு. எப்படியாவது முதலாளியை யாராவது ஜெயிச்சா எனக்கு சந்தோஷம்!'

'யாரும் வரமாட்டேங்கறாங்களே! வஸந்த், டென்னிஸ்?'

'முதல்ல உங்களை செஸ்ல ஜெயிக்கறோம் சார். அப்புறம் டென்னிஸ் பார்த்துக்கலாம்.'

'நீங்க நேத்து தோத்ததை மறக்கலை போல இருக்கு.'

'அதான் சார். அந்த க்வீனை மூவ் பண்றப்போ சப்போர்ட்டுக்கு பிஷப்பைக் கொண்டுவந்திருந்தேன்னா, நீங்க காலி.'

'அத்தைக்கு மீசை முளைச்சா...'

'என் அத்தை ஒருத்திக்கு மீசை உண்டு சார்!'

அவர் சிரித்து, 'முதல்ல போய் ப்ரெக்ஃபாஸ்ட் சாப்பிடலாம். அப்புறம் இன்னொரு டோஸ் காப்பி. அப்புறம் செஸ். கணேஷ் நீங்க ஆட வரிங்களா?'

'இல்லை சார். நான் முதல்ல ஆடியாகணும்!'

'சரி, எப்படி இருந்தது வ்யூ?'

'பிரமாதம்! ஃபுல் ஆஃப் சர்ப்பரைஸ்!'

திரும்பிச் சென்றதும் அவர்களுக்கு ஆரோக்கியமான காலை உணவு அளிக்கப்பட்டது.

கார்ன்ஃப்ளேக்ஸ், இரட்டை முட்டை ஆம்லெட், ஓட்ஸ், மார்மலேட், வெண்ணை, துண்டு துண்டாகக் குறுக்கே வெட்டப் பட்ட பேக்கன்.

'சாப்பாடு போட்டே மூளையை மொண்ணையாக்கிடுவார் போல இருக்கே.'

'வஸந்த், ஐம் பிகினிங் டு என்ஜாய் மைசெல்ஃப்.'

'இப்ப தாமோதர் இங்க டென்னிஸ் மார்க்கர் வேலை கொடுத்தா, ஒப்புக்கொண்டுருவீங்க போல இருக்கே.'

'நிச்சயம்.'

'நீங்க பேசலை பாஸ். உள்ளபோன பன்னி மாமிசம் பேசுது.'

'லைஃப்னா இந்த மாதிரின்னா என்ஜாய் பண்ணணும்.'

'சரி, பரிபூரணமா இந்த இடத்துக்கு மதமாற்றம் ஆயிட்டிங்க.'

'ஏன், நீ?'

'எனக்கு இந்த இடம் பிடிக்கலை.'

'ஏன்?'

'எனக்கு தாமோதரைப் பிடிக்கலை.'

'செஸ்ல தோக்கடிச்சதினாலையா?'

'சேசே! பாஸ், யூ நோ மி பெட்டர் தன் தட்! அதில்லை. தேர் இஸ் ஸம்திங் ஃபோனி எபவுட் ஹிம்.'

'நான் அப்படி நினைக்கலை.'

'எதுக்காக மெட்ராஸ்ல இருந்து நம்மை இவ்வளவு செலவழிச்சு கூட்டிவரணும்? செஸ் ஆடி ஜெயிக்கவா?'

'இல்லை, நம்மைவிட சில விஷயங்களில் அவர் புத்திசாலின்னு காண்பிக்கறதுக்கு.'

'யாருக்கு?'

'நமக்குத்தான்.'

'ஸ்ட்ரேஞ்ச்! இந்த மாதிரி இடத்தில் ஒரு மாதத்துக்குமேல இருந்தா, எல்லாருமே கொஞ்சம் ஒரு மாதிரி ஆய்டுவாங்கன்னு தோணுது. அந்த மேனேஜர், சத்தீஷோ என்னவோ சொன்னாரே, அவன்கூட நம்மை ஒரு மாதிரி காக்கா பார்வை பார்த்துட்டுதான் கைகுலுக்கினான். கை ஈரத்துணி மாதிரி இருந்தது!'

'மொத்தத்தில் உனக்கு இந்த இடம் பிடிக்கலை. அதானே?'

'பிடிக்கலைன்னு இல்லை. ஆனால் உங்க மாதிரி நான் இந்த இடத்தைக் காதலிக்க இன்னும் ஆரம்பிக்கலை.'

'உனக்கேத்த சமாச்சாரம் இன்னும் சிக்கலை பாரு. நாளைக்கே ஏதாவது கூர்கி பெண்ணைப் பார்த்துட்டா மனசு மாறிடுவே.'

தாமோதர் மேலே வந்து, 'என்ன வஸந்த்! ரெடியா, என்னோட இரண்டாவது கேம் ஆட?'

'ரெடி சார்.'

'பத்து நிமிஷத்தில் வரேன். நான் இப்ப வந்தது, உங்களுக்கு ரூம் எல்லாம் சரியா இருக்கான்னு கேக்கத்தான். சவுகரியமா இருக்கா?'

'இருக்கு சார். இந்த பங்களாவில் நாப்பது ரூம் இருக்காமே.'

'ஆமாம். அதில் முப்பத்தஞ்சு உறைபோட்டு மூடி வெச்சிருக்கு.'

'எப்பவாவது நாப்பது ரூம்லயும் ஆள் இருந்திருக்காங்களா?''

'நிறைய தடவை! பார்ட்டி கொடுக்கறபோது! கடைசியா எப்ப நாற்பது ரூமும் உபயோகப்பட்டது? லெட் மி ஸீ. ஓ எஸ், என் கல்யாணத்தின் போது!'

'பெரிய கல்யாணமா?'

'ப்ச்! லெட்ஸ் நாட் டாக் எபவுட் தட்! ஆட்டம்தான் இப்ப முக்கியம். குளிச்சுர்றிங்களா? ஷவர்ல வென்னீர் வரும்.'

'குளிச்சுட்டு ஃப்ரெஷ்ஷா வந்து உங்களைத் தோக்கடிக்கப் போறேன். பாஸ் நீங்க?'

'புஸ்தகம் படிக்கப்போறேன்.'

'என்ன புஸ்தகம்?'

'அதெல்லாம் உங்களுக்கு போர் அடிக்கும் சார். பாஸ் படிக்கிறது ஸ்பினோஸா.'

'நான் எப்பவோ படிச்சாச்சு. நீங்க ஸாந்தாயானா படிச்சிருக் கீங்களா?' என்றார் பெருமையுடன்.

'இல்லை சார். வாத்ஸாயனாதான் படிச்சிருக்கேன்.'

'வர்ஜீனியா உல்ப்?'

'டு தி லைட்ஹவுஸ் மட்டும் படிச்சிருக்கேன்' என்றான் கணேஷ்.

'அதுக்கெல்லாம் எங்க சார் சமயம்? லா புஸ்தகத்தைக் கட்டிண்டு அழறோம்!'

'ஃபார் யுர் இன்ஃபர்மேஷன், நானும் லா படிச்சிருக்கேன்!'

'அப்படியா? ப்ராக்டிஸ் பண்ணீங்களா?'

'இல்லை. தேவையில்லைன்னு விட்டுட்டேன்.'

'ஏன் படிச்சீங்க?'

'தட்ஸ் பர்ஸனல்' என்று சிரித்துக்கொண்டே சென்றார்.

'சும்மா சத்தாய்க்கிறார் பாஸ். அதெல்லாம் படிச்சிருக்க மாட்டார்.'

'படிச்சிருக்கட்டுமே, இப்ப என்ன?'

'உன்னைவிட நான் உசத்தின்னு மமதை இருக்கு அவரிடத்தில!'

'இருக்கட்டுமே, அவர் உன்னைத் தோக்கடிச்சதை இன்னும் சுமந்துகிட்டு இருக்கே நீ.'

'ஜெயிக்கறேனோ இல்லையா பாருங்க' என்று வஸந்த் குளிக்கச் சென்றான். குளித்துவிட்டு காரே மூரே என்று ஒரு சட்டை அணிந்து 'அவரை டிஸ்ட்ராக்ட் பண்ணித் தள்ளிரணும்.' அவரு டன் செஸ் ஆடப் போனான். சைக்கிக்மர்டர் என்று சொல்லிக் கொண்டே.

கணேஷ் தனியாக இருந்தான். ஒரு கணம் மலை முகட்டு மண்டபத்திலிருந்து பார்த்த புடைவைத்துண்டு மனத்தில் ஆடியது. கலைத்துக்கொண்டான். சுகமான நாற்காலியில் மெலிதான சூரிய இளஞ்சூட்டில் புத்தகத்தில் ஆழ்ந்தான். மௌனம் அவனுக்குப் பிடித்திருந்தது. முழு மூச்சாகப் புத்தகத்தில் ஆழ முடிந்தது.

அரைமணி படித்துவிட்டு எழுந்தான். பாத்ரூமுக்குச் சென்றான். அதை அடுத்த கதவு தெரிந்தது. திறந்திருந்தது. எட்டிப் பார்த் தான். வார்ட்ரோப் திறந்திருந்தது. அதில் பற்பல சேலைகளும் மாக்ஸிகளும் தொங்கின. டிரஸ்ஸிங் டேபிளில் அலங்கார சாதனங்கள் நிறைய இருந்தன.

அவள் அறை.

பெயர் என்ன இருக்கும்? கதவைச் சாத்திக்கொண்டு வந்து விட்டான். எட்டிப்பார்த்ததிலேயே ஒரு குற்ற உணர்வு ஏற்பட் டது. ஏதோ ஒருவரின் அந்தரங்கத்தில் குறுக்கிடுவது போல. அவள் போனதும் அந்த அறையை அப்படியே கலைக்காமல் வைத்திருக்கிறார். ஏன் அவளையே என் எண்ணங்கள் சுற்றிச் சுற்றி வருகின்றன?

கணேஷ் மறுபடி புத்தகத்தை எடுத்து வைத்துக்கொண்டான். கீழே அவர்கள் செஸ் ஆடிக்கொண்டிருப்பார்கள். மிக மவுனம். அந்த அறை வரவேற்கிறது. சே, புத்தகத்தைக் கவனி. டால்ஸ் டாயை முடித்தே ஆக வேண்டும்.

கீழே தாமோதர் திடீர் என்று சிரிக்கும் சப்தம் கேட்டது. மாட்டிக்கிட்டிங்களா? நான் நினைச்சேன், இந்த வலையில் விழுவிங்கன்னு!'

‘ச்சே’ என்று வஸந்தின் குரல் கேட்டது. வஸந்த் மறுபடி தோற்றுப்போயிருக்க வேண்டும். கணேஷ் புன்னகைத்துக் கொண்டான். அடுத்தது என்னைக் கூப்பிடுவார். இவரிடம் கவனமாக ஆடவேண்டும். இவர் ஆட்டத்தில் நிறைய கவர்ச்சி கரமான வலைகள் இருக்கும். மிகவும் எச்சரிக்கையாக ஆட வேண்டும். மாடிப்படிகளில் வஸந்த் ஏறிவரும் சப்தம் கேட்டது.

‘என்ன வஸந்த், தோத்தாச்சா?’

‘ஆமாம். ஸில்லியா ஒரு டிராப்பில் மாட்டிக்கிட்டேன் பாஸ். ரொம்ப டிஸெப்டிவ் அந்த ஆசாமி!’ வஸந்தின் முகம் சிவந்திருந்தது. மறுபடி ‘ச்சே’ என்றான். ‘காஸில் பண்ணியிருக்கணும்.’

‘டேக் இட் ஈஸி.’

‘உங்களை ஆடக் கூப்பிடறார்’ என்றான். விரக்தியோடு ‘நீங்களாவது போய் ஜெயிச்சிட்டு வாங்க. அப்பத்தான் எனக்கு திருப்தி. காய் எல்லாம் சிரிச்சுண்டே அடுக்கி வெச்சிட்டு இருக்கார். என்ன எழவு சிரிப்பு வேண்டியிருக்கிறது. ஜெயிச்சா சிரிக்கணுமா?’

‘சீக்கிரமே தோத்துட்டேபோல இருக்கே.’‘

‘நீங்க வேறே வெறுப்பேத்தாதீங்க, இவரை செஸ்ல இல்லாட்டாலும், ஏதாவது ஒண்ணில ஜெயிச்சாகணும்.’

‘எதில? கத்தி சண்டையிலயா?’

‘நம்மை அவமானப்படுத்தறதுக்கே கூப்பிட்டிருக்கிறார். போய் ஜெயிச்சே ஆகணும் நீங்க.’

‘பார்க்கலாம்.’

‘கணேஷ் வரீங்களா? லஞ்சுக்கு முன்னால ஒரு ஆட்டம்?’ என்று குரல் கூப்பிட்டது.

‘வரேன் சார்!’

‘பாஸ் சென்று, வென்று வருக!’

‘நீ வரலையா?’

‘என்னைப் பார்த்தா சிரிக்கிறார். எரிச்சலா வருது.’

'என்ன இவ்வளவு சென்ஸிடிவா இருக்கே?'

'இல்லை பாஸ். அவர்கிட்ட இருக்கிற ஆணவம் எனக்குப் பிடிக்கலை. வெறுப்பேத்தறார். பதினஞ்சு நாள் இருக்கு. இந்த வஸந்த்கிட்ட ஒரு நாளைக்கு எதிலயாவது மாட்டிக்காமயா இருக்கப்போறார்? பார்த்துரலாம்.'

'கணேஷ்!'

'வந்துட்டேன் சார்!'

கணேஷ் கீழே வந்தான். செஸ் காய்கள் நிறுத்தப்பட்டு போருக்குத் தயாராக இருந்தன.

'என்ன? வஸந்த் சொன்னாரா? தோத்துட்டாரே!'

'ஆமா சார். ஹி இஸ் வெரிமச் அப்செட்!'

'எதுக்காக?'

'அவன்கிட்ட ஒரு தடவையாவது நீங்க தோத்துதான் ஆகணும்.'

'அதெல்லாம் வேண்டாம்' என்று வஸந்த் மேலேயிருந்து குரல் கொடுத்தான்.

சிரித்தார். 'வாங்க, உக்காருங்க. நீங்க எப்படி ஆடறீங்க பார்க்கலாம். வஸந்த்! ம்ஹூம்! போதாது!'

கணேஷ் அவர் எதிரே உட்கார்ந்தான். வெள்ளைக் காய்கள். சம்பிரதாயமாக பி கே ஃபோர் நகர்த்தினான். அவர் க்வீன் பிஷப் தரப்பில் பானை நகர்த்தினார். கணேஷ் ராணியின் பி க்யூ ஃபோர் நகர்த்த, அவரும் அதையே செய்தார். கணேஷ் பானை வெட்டினான். அவரும் வெட்டினார். நடுப்பிரதேசத்தை ஆக்கிரமிக்கப் போராடியதில் இருவரும் சரிசமமாக இருந்தனர்.

'காரோ கான் டிஃபென்ஸ்' என்றார் தாமோதர்.

'பானோவ்-பாட்வின்னிக் அட்டாக்' என்று கணேஷ் க்வீன் பிஷப்பை நகர்த்தினான். நிச்சயம் நீங்க பெட்டர் ப்ளேயர்! கொஞ்சம் ஜாக்கிரதையா ஆடணும் போல.'

வஸந்துக்கு அவர்கள் பேசுவது லேசாகக் கேட்டது. 'ஆமாம் ஒருத்தர் முதுகை ஒருத்தர் சொரிஞ்சுக்கங்க!' வஸந்துக்கு

இரண்டாவது நாளே கட்டிப்போட்டாற்போல இருந்தது. சமீபத்திய சதுரங்கத் தோல்வியால் ஒரு கசப்புணர்ச்சி உடல் பூரா பரவியிருந்தது. அவர்கள் பேச்சு கேட்காமல் இருப்பதற்கு கதவைச் சாத்திக்கொண்டான். சற்று நேரம் விட்டத்தைப் பார்த்துக் கொண்டு படுத்திருந்தான். இடது பக்கம் பார்த்தான். அந்த அறை!

உள்ளே சென்று பார்த்தால் என்ன? பாஸ் கோபித்துக்கொள்வார். ஆனால், அவருக்குத் தெரியவேண்டாம். இருவரும் இன்னும் இருபது மணி நேரத்துக்காவது செஸ் சமாதியில் இருப்பார்கள். அவள் யார்? ஏன் தாமோதரை விட்டுப் போனாள்? வஸந்துக்கு தாமோதரைப் புறக்கணித்துச் சென்ற அந்த மனைவியைப் பிடித்திருந்தது. இந்த மாதிரி எடுத்ததற்கெல்லாம் காப்பி பேசும் சூப்பர் அறுவையுடன் யார்தான் வாழமுடியும்? வஸந்த் தீர்மானித்து, அறைக் கதவை உள்பக்கம் தாழிட்டுக்கொண்டு அடுத்த அறைக்கு பாத்ரூம் வழியாகச் சென்றான்.

அது ஒரு பெண்ணின் அறைதான்! சமீபத்தில் உபயோகப்படுத்தப் படவில்லை என்பது தெளிவாகத் தெரிந்தது. சோபா, ஃபர்னிச்சர் எல்லாம் தூசு படிந்திருந்தது. டிரஸ்ஸிங் மேசையின் கண்ணாடி யில் தூசு போர்த்தியிருந்தது. சன்னல்கள் மூடி நெருக்கமான வாசனை அறையில் பரவியிருந்தது. வஸந்துக்குச் சற்று அச்சமாக இருந்தது. எதைத் தொட்டாலும் உடனே பட்ட விரல் தூசின் மேல் படிந்து தெளிவாகத் தெரிந்துபோகும். பின்கையைக் கட்டிக்கொண்டு அறையை முதலில் கண்களால் ஆராய்ந்தான். சுவரில் அவளுடைய படம் மாட்டியிருந்தது. ஹாலில் பார்த்த படத்தின் மறுபிரதிதான். சற்றே சிரித்துக்கொண்டிருக்கும்போது தெரிந்த பற்களிலும் உதடுகளின் அழுத்தத்திலும் அந்தப் பெண் சற்று ஆணவமுள்ளவள். சற்று சுதந்தர சுபாவம் உள்ளவள் என்று தோன்றியது. வஸந்தை நேராகப் பார்த்தாள். 'உன் பேர் என்ன?' என்றான். ஒரு அலமாரி இருந்தது. அதை லேசாகத் திறந்து பார்த்தான். புத்தகங்கள் அடுக்கியிருந்தன. டார்க் ஃபோர்ஸஸ் எடிட்டட் பை கிர்பி மக்காலே, இந்திய சமையற்கலை என்று பைண்டு பண்ணப்பட்ட வெள்ளைக்காரர்களுக்காக எழுதப்பட்ட புத்தகம், மில்ஸ் அண்ட் பூன் நாவல்கள். பார்பரா கார்ட்லண்ட், ஸ்டிட்ச் கிராஃப்ட், நீடில் கிராஃப்ட், ரீடர்ஸ் டைஜஸ்டின் பல இதழ்கள், வரைவது எப்படி, களிமண் மாடல் செய்வது எப்படி, வாட்டர் கலர் சித்திரங்கள் வரைவது எப்படி என்று பற்பல 'எப்படி' புத்தகங்கள்.

பொழுதுபோகாத பெண் என்று தோன்றியது.

வார்டுரோபை முன் விரலால் திறந்தான். வரிசையாகப் புடைவைகள். மாக்ஸி, சட்டை, ஜீன்ஸ் உடைகளிலிருந்து அவள் உடலின் பரிமாணத்தை ஊகிக்க முடிந்தது. இரண்டு ப்ரா, ஒன்று முப்பத்தாறு என்றது. ரவிக்கைகளில் கழுத்து முதுகுப்பக்க வெட்டு தாராளமாகவே கீழிறங்கியிருக்க, அவள் சற்று தைரிய மாகவே உடை அணிவாள்போலத் தோன்றியது. பொதுவாக வார்டுரோபைத் தோண்டியதும் அடித்த வாசனையால் பர்ஃப்யூம் பிரியை!

பல புடைவைகள் புதுக் கருக்கு அழியாமல் இருந்ததால், எதை எடுத்தாலும் வாங்கிவிடுவாள் போலும். வார்டுரோபில் உள்ள இழுப்பறை வஸந்தைப் பார்த்து 'என்னைத் திற' என்றது. சற்று தயங்கினான். என்ன ஆகும்? பரவாயில்லை, அவர்கள் ஆட்டம் இப்போது முடியாது, கணேஷைத் தோற்கடிப்பது அத்தனை சுலபமில்லை.

வேண்டாம், திறக்காதே! இது அவள் அந்தரங்கத்தை ஆக்கிர மிப்பதாகும்.

வஸந்த் திறந்தான். உள்ளே பெரிய நோட்டுப் புத்தகம். பச்சை அட்டை போட்டு இருந்தது. அதில் 'ஆஷாவுக்குத் தாமு உன் இருபதாம் பிறந்தநாளின் போது' என்று எழுதியிருந்தது.

ஓ! பெயர் ஆஷாவா!

அருமையான நோட்டுப் புத்தகம். வழவழப்பான உசத்தியான காகிதத்தில் உயர்ந்த தோல் அட்டை பைண்டு செய்யப்பட்டு...

திறந்து பார்த்தான். ஏமாற்றமாக இருந்தது. ஒரு பக்கம்கூட அதில் எழுதியிருக்கவில்லை. சோம்பேறி!

நோட்டுப் புத்தகத்திலிருந்து ஒரு உறை கீழே விழுந்தது. ஒரு தபால் கவர். அதின்மேல் விலாசம்.

ஆஷா தாமோதர்

எஸ்டேட் ஸில்வன் ஹைட்ஸ்

(வயா) மெர்க்காரா'

வஸந்த் உறையைப் பிரிக்கும்போது சற்றுத் தயங்கினான். இது வரைக்கும் வந்தாகிவிட்டது. இனி என்ன, இதையும்தான் பார்த்துவிடலாம்.

டியர் ஆஷா!

ஆங்கிலத்தில்தான் இருந்தது. சற்று அவசரக் கையெழுத்து. பால்பாயிண்டில் விரைந்த எழுத்துக்கள்.

'டார்லிங்! நீ நிச்சயம் தீர்மானித்தே ஆகவேண்டும். எனக்கு விஸாவெல்லாம் கிடைத்து, எல்லாம் தயாராக இருக்கிறது. நீ இந்த வார இறுதிக்குள் தீர்மானித்து ஆகவேண்டும். பாழாய்ப் போகிற போன் கிடைக்கவே மாட்டேன் என்கிறது. எனவே கடிதம் எழுதிவிட்டேன். இதை தாமு படித்தாலும் எனக்குக் கவலையில்லை. இதன் மூலமாவது அவர் உன்னை கேட்க, உனக்குத் தைரியம் வந்து, விஷயத்தைச் சொல்லிவிடலாமே. ஆனால் தாமு கேட்க மாட்டார். நீதான் விஷயத்தை ஆரம்பிக்க வேண்டும். நேற்று கிருஷ்ணமூர்த்தியைப் பார்த்தேன். நீ சொன்ன படி எல்லாம் நடக்காது என்றான். (இந்த வரி அடிக்கோடு இடப் பட்டிருந்தது). ஒரு பெண் தீர்மானித்துவிட்டால், அதை யாரும் எதுவும் செய்துவிட முடியாது. பயமோ தயக்கமோ ஏதும் வேண்டாம். வெளியே வா! அதுதான் நீ தீர்மானிக்க வேண்டியது. மிச்சமெல்லாம் முக்கியமில்லை. ஒரு காசு வேண்டாம். நீ மட்டும் போதும். மங்களூரில் உனக்காகக் காத்திருப்பேன். எட்டு தேதி, ஞாபகம் வைத்துக்கொள்! சோம்பேறிப் பெண்ணே வெளியே வா! முத்தங்கள் - கிரண்'

மற்றொரு கடிதம் இருந்தது. அதே கையெழுத்து - அதில் மூன்று வரிகள்தான் இருந்தன.

'தீர்மானிக்க முடியாத பெண்ணே! உனக்காக மங்களூரில் காத்திருந்து காத்திருந்து... இரண்டு நாள் காத்திருந்தேன். டெலி போனில் கிடைக்கவில்லை. என் பொறுமை எல்லை மீறி விட்டது. எல்லாவற்றுக்கும் நன்றி. உன் கணவனையும் கம்பளிப் பூச்சிகளையும் கட்டிக்கொண்டு அழு! அமெரிக்காவிலிருந்து கார்டு அனுப்புகிறேன். கலர் கலராகச் சேர்த்து வைத்து அலங் காரம் பண்ணு உன் சிறையை! குட் பை! கிரண்!'

'வஸந்த் வஸந்த்' என்று கதவு தட்டும் ஒலி கேட்க வஸந்த் சட்டென்று அந்தக் கடிதங்களை மறுபடியும் அதே நோட்டுப்

புத்தகத்தில் செருகிவிட்டு விரைவாகச் சென்று கதவைத் திறந்தான்.

'என்னடாது? ஏன் கதவைத் திறக்க இத்தனை நேரம்?'

'கணேஷுடன் தாமோதரும் நின்றுகொண்டிருந்தார்.

'ஏதோ படிச்சிட்டிருந்தேன். லேசா தூங்கிட்டேன் பாஸ். ஸாரி.'

'தூங்கினீங்களா? இந்த நேரத்திலயா?'

'உங்க எஸ்டேட்டில எந்த நேரத்திலும் தூக்கம் வருதுங்க.'

'என்ன ஆச்சு செஸ்?'

'இன்னும் முடியலை. மூவை சீல் பண்ணிட்டு மத்தியானம் அல்லது சாயங்காலம் தொடரலாம்னு இருக்கோம். என்ன சொல்றீங்க கணேஷ்?'

'உங்க இஷ்டப்படி.'

'யார் லீடிங்?'

'சொல்ல முடியாது. இதுவரைக்கும் எக்ஸ்சேஞ்ச் ஈக்வலாத்தான் இருக்குது. கணேஷுக்கு கொஞ்சம் அட்வான்ஸ்ல இருக்கு. அது எனக்குப் பிடிக்கலை!'

'மத்தியானம் ஆடப்போறீங்களா?'

'இல்லை வஸந்த். எப்பப் பார்த்தாலும் உள்ளேயே குமைஞ்சுக் கிட்டு இருக்கவேண்டாம். சார் எஸ்டேட்டையும் சுத்திப் பார்க்க வேண்டாமா?'

'அப்புறம் மெர்க்காரா டவுனுக்கு ஒரு நடை போய் வந்துரலாம் சார்.'

'ஓ எஸ், அதுக்கென்ன? இன்னும் ஒரு மணி நேரத்தில சாப்ட்டுரலாமா?' என்று அவர் கீழே செல்ல, கணேஷ் வஸந்தைப் பார்த்து, 'ஏய் என்ன நோண்டினே? சொல்லு?' என்றான்.

'ஒண்ணுமில்லே பாஸ்.'

'நீ தூங்கலை. நிச்சயம்! கண்ணைப் பார்த்தாலே தெரியுது. அந்த அறையில் போய்க் குடைஞ்சியா?'

'இல்லை பாஸ். சும்மா படிச்சுட்டுதான் இருந்தேன்.'

'பொய் பொய்! பாவி எங்கிட்டயே பொய் சொல்றியேடா!'

'நிஜம்மா! காட் பிராமிஸ்.'

வஸந்துக்கு இந்த விவகாரத்தைத் தனியாகத் தொடரவேண்டும் என்கிற ஆசை ஏற்பட்டிருந்தது. கணேஷின் கண்களைச் சந்திக்க மறுத்தான். 'நீங்க பாட்டுக்கு செஸ் ஆடுங்க. நான் பாட்டுக்கு ஊர் சுத்திப் பார்த்துட்டு இருக்கேன். என்ன, செஸ்ல தண்ணி காட்டினிங்களா?'

'எதையோ மறைக்கிறடா நீ. என்னை நேராப் பார்த்துச் சொல்லு.'

'இல்லை பாஸ். ஏன் சத்தாய்க்கறீங்க.'

'ஆல்ரைட்! ஒக்கே!' என்று கணேஷ் விரோதத்துடன் படுக்கையில் போய் உட்கார்ந்தான்.

வஸந்த் சொல்லிவிடலாமா என்று யோசித்தான். வேண்டாம். கணேஷுக்கு இப்போது ஓய்வு தேவை. புதிய விவகாரத்தை நுழைத்துக் குழப்பவேண்டாம். மேலும் இந்த மாதிரி விருந்தாளியாக வந்துவிட்டு, வீட்டுக்காரர் அந்தரங்கத்தைக் குடைவது கணேஷுக்குக் கட்டோடு பிடிக்காது.

பெயர் ஆஷா. வயது இருபது. காதலன் பெயர் கிரண். இப்போது அவன் இருப்பது அமெரிக்காவில். காதலனுடன் சேரவில்லை என்பது தெரிகிறது. ஆனால் ஓடிப்போய்விட்டாள் என்று சொல்கிறாரே? காதலனிடம் போகவில்லையா? அல்லது மனம் மாறி இரண்டாவது கடிதம் வந்தபின் புறப்பட்டிருக்கிறாளா?

விசாரிக்கலாம். மெல்ல மெல்ல அவர்கள் பாட்டுக்கு செஸ் ஆடிக் கொண்டிருக்கட்டும். என் பொழுதுபோக்குக்கு இந்த ஆஷா புராணக்கதை விரித்துப் பார்க்கிறேன்.

ஆஷா!

கணேஷ் நெற்றிப் புருவத்தின் இடையில் விரல்வைத்துச் சிந்தித்துக்கொண்டிருந்தான்.

'என்ன பாஸ், கேம் உதைக்குதா?'

'ரொம்ப நல்லா ஆடறார்.'

'இல்லாட்டி வஸந்தைத் தோக்கடிக்க முடியுமா?'

'ஆனா, இவர் நம்மை வரவழைச்சது வெறும் செஸ் ஆடறதுக்கு மட்டும்னு என்னால நம்ப முடியலை.'

'வேற?'

'ஏதாவது ஒரு சமயத்தில தன் மனைவியைப் பற்றி நம்மகிட்ட சொல்ல விரும்பறார்னு நினைக்கிறேன்.'

'ஏன் விட்டுட்டு ஓடிப் போயிட்டாங்கறதைப் பத்தியா?'

'ஆமாம்.'

'ஏதாவது ஆரம்பிச்சாரோ?'

'இல்லை, கோடி காட்டினார். இந்த செஸ் இல்லைன்னா எனக்கு சமீபத்தில் நேர்ந்த அதிர்ச்சிக்குப் பைத்தியமே பிடிச்சிருக்கும்னு சொன்னார்.'

'தன்னிரக்கம்! அந்தம்மாகிட்ட காப்பி காப்பின்னு அறுத்திருப் பார். பிச்சுக்கிட்டு ஓடிப்போயிருப்பா!'

'வஸந்த், நீ எல்லாத்தையும் கொச்சைப்படுத்தறே!'

'இல்லை. கள்ளக் காதல் வேற ஏதாவது இருந்திருக்கும்.'

'உடனே கள்ளக் காதல். வேற ஏதாவது யோசிக்கவே முடியாதா உன்னால்?'

'ஸாரி! சார் உங்க அனுதாபத்தைச் சுலபமா சம்பாதிச்சிருக்கார்னு தெரியுது.'

'அவ பேர் ஆஷா' என்றான் கணேஷ்.

'தெரியும்.'

'தெரியுமா! எப்படி?'

'வந்து... வந்து... அந்தப் பொண்ணு மூஞ்சியைப் பார்த்தாலே ஆஷா இருக்கு...'

'ஏதாவது உளறாதே.'

'சரி, ஆஷாவை விட்டுருவோம். நம்ம ரெண்டு பேருக்குள்ளயும் கருத்து வேறுபாடு வரது. ஆட்டம் எப்படிப் போய்கிட்டிருக்கு?'

'தோக்கப்போறார். எனக்குக் கொஞ்சம் பாவமா இருக்கு!'

'சே சே, விட்டுக்கொடுத்திராதீங்க! நல்லா ஏறுங்க!'

'வஸந்த்! ஸம் ஆஃப் யுர் எக்ஸ்பிரஷன்ஸ் ஆர் நாஸியேட்டிங்!'

'மறுபடி ஸாரி. இதெல்லாம் கேக்கிறவங்க அர்த்தம் புரிஞ்சுக்கிற திலதானே இருக்கு! கிருஷ்ணன் வெண்ணை திருடினார்னும் சொல்லலாம். சின்னப் பசங்க பின்னால் ஏறி வெண்ணை எடுத்தார்னும் சொல்லலாம்...எல்லாம்...'

'கெட் அவுட் ஆஃப் ஹியர்! உனக்கு விமோசனமே கிடையாது!'

வஸந்த் சிரித்துக்கொண்டே வராந்தாவுக்கு வந்தான். அவனுக்குக் கொஞ்சம் குற்ற உணர்ச்சி இருந்தது, கணேஷிடம் சில விஷயங்களைச் சொல்லாமல் விட்டு வைத்திருக்கிறோமே என்று. இருந்தும் ஆஷாவைத் தனியாகத் தொடர்வதில் ஒரு ஆசை. பார்க்கலாம். விஷயம் தீவிரமாகிவிட்டால் சொல்லி விடலாம். வஸந்துக்கு மலைமுகட்டில் பார்த்த சாரி உறுத்தியது. அது என்ன?

மத்தியான சாப்பாட்டின்போது அவர் பேசவே இல்லை. கணே ஷிடம் முதல் ஆட்டத்தில் தோற்கப் போகிறோம் என்பது அவருக்குத் தெரிந்துவிட்டது போலும். ஆட்டத்தைத் தொடர்ந்து ஆடுவது பற்றிய பேச்சை எடுக்கவே இல்லை. 'மத்தியானம் சாப்பாட்டுக்கு அப்புறம் கொஞ்சம் தூங்குவேன்' என்றார். 'சாயங்காலம் சுத்திப் பார்க்கலாமா?'

'எப்ப வேணா சார்! வி ஆர் அட் யுர் டிஸ்போஸல்.'

'வஸந்த், நீங்க தூங்குவீங்களா?'

'இல்லை சார். கொஞ்சம் மலைச்சரிவில் இறங்கிப் பார்க்கலாம் னுட்டு, பாஸ் நீங்க வரீங்களா?'

'இல்லை வஸந்த். நீ தனியாப் போ. எனக்குக் கொஞ்சம் தூங்கலாம் போலத்தான் இருக்கு.'

'சரி, ரெண்டு பேரும் தூங்குங்க.'

'சாப்பிட்டதும் வஸந்த் சிகரெட் பற்ற வைத்துக்கொண்டு உற்சாகமாக மலைச்சரிவில் இறங்கினான். இரண்டு மணிக்கு வெயிலே தெரியவில்லை. பசுமைப் போர்வையில் லேசாகக் குளிர் பொதிந்திருந்தது. மலைச்சரிவில் வெட்டப்பட்டதுபோல் இருந்த சமதளத்தில் நான்கைந்து வீடுகள் தெரிந்தன. ஒரு வீட்டின் பின்புறம் பசும்புல்லை சோம்பேறித்தனமாக மென்று கொண்டு புஷ்டியாக எருமைகள் தெரிந்தன. சின்னதாக அருகே ஒரு அருவி கொட்டிக்கொண்டிருந்தது. அதில் அந்தப் பெண் பாத்திரம் அலம்பிக்கொண்டிருந்தாள்.

'சே சமர்த்தாக குளித்துக்கொண்டிருக்க மாட்டாளோ?' என்று வருத்தப்பட்டான் வஸந்த். அவளை அணுகினான். இந்தப் பக்கத்து பெண் போலும். மார்பின் குறுக்கே ஸாரி கட்டியிருக்கிற தினுசில் இருந்து தெரிந்தது. பாத்திரம் ஒன்றும் பெரிசாக இல்லை. அதிகமும் இல்லை. ஏதோ சினிமாக்காரி போலத்தான் தேய்த்துக்கொண்டிருந்தாள். சற்று நேரத்தில் குளிப்பாளோ என்று கொஞ்சம் நம்பிக்கை இருந்தது. இவன் வரும் சந்தடி கேட்டு சகுந்தலை மாதிரி ஆஸ்ரமத்துக்குள் காணாமல் போய்விடுவாள் என்று எதிர்பார்த்தான். பதிலாக வஸந்தைப் பார்த்துச் சிரித்தாள். இந்த ஊர் வழக்கம் போலும் என்று எண்ணிக்கொண்டான். கிட்டக்க வந்து 'ஹல்லோ' என்றான். மறுபடி அவள் சிரித்தாள். வஸந்தைவிட ஒரு ஷேடு சிவப்பாக இருந்தாள். மலை நாட்டு வளப்பம், தேன் அதிகம் உட்கொள்வாள்போல் இருந்தது. கண்களில் கொஞ்சம் தேன் கலர் இருந்தது. ஆரோக்கியமான மார்பை மறைப்பதில் அவள் உடுத்தியிருந்த ஸாரி பிரயத்தனம் செய்யவில்லை.

வஸந்த் தன் பைக்குள் தயாராக வைத்திருந்த ஒரு சிறிய நோட்டுப் புத்தகத்தை எடுத்து 'நீட பெத எந்த்த?' என்றான்.

அவள் சற்று ஆச்சரியத்துடன் அவனை நிமிர்ந்து பார்த்தாள். கொஞ்ச நேரம் தாமதித்து சிரிப்பில் மலர்ந்தாள்.

வஸந்த் சற்று சந்தேகத்துடன் - சரியாக வாசிக்கவில்லையோ என்கிற சந்தேகத்துடன் மறுபடி 'நீட பெத எந்த்த?' என்றான்.

'அவள் உடனே 'நாட பெத கா...வே...ரி!' என்றாள்.

'அதான் இருக்க முடியும். வேற என்ன?' என்றான்.

'எந்த்த?' என்று கண்களைச் சுருக்கிக்கொண்டாள். வஸந்த் மறுபடி தன் கொடவா நண்பனிடம் கேட்டு வாங்கி எழுதிய குறிப்புப் புத்தகத்தைப் பார்த்து, 'நீ எல்லிஞ்ச பந்தியே?' என்றான்.

அவள் தூரத்தில் புள்ளிபோல் இருந்த வீட்டைக் காட்டினாள்.

'சரிதான், தனியாகத்தான் வந்திருக்க போல இருக்கு!'

'எந்த்த!' என்றாள்.

'ஒந்த்தாவும் இல்லை!'

'நிங்க எல்லிஞ்ச பந்திரா?'

'நானு நானு மதராஸ்னிஞ்சி சட்! அது தெலுங்கு போல இருக்கே! அவள் பளிச்சென்று சிரித்து, 'நான் இல்லி கெலஸ மாடுவ!'

'மாடு மாடு! எல்லா மாடுமே கிளாஸாத்தான் இருக்கு.'

அவள் பாத்திரத்தை ஒய்யாரமாக எடுத்துக்கொண்டு பாதையில் நடக்க, அவள் பாதம் எத்தனை சுத்தமாக இருக்கிறது என்று கவனித்தான். உள்ளுக்குள் இன்னும் சிவப்பாக இருப்பாள் போலத் தோன்றியது.

'நாகு ஒரு எண்ணா தங்க உண்டு!'

'நாகு அண்ணா தங்க எல்லாம் நாக்கே!' என்றான் வஸந்த்.

வஸந்த் அவளை நோக்கி, 'இத பாரு' என்று கட்டை விரலை வெட்டிக் காட்டும் வித்தை செய்து காட்டினான். அவள் அந்த அருவிக்குப் போட்டியாகச் சிரித்தாள். அதன்பின் ஒரு பூவைப் பறித்து அவளிடம் கொடுத்தான்.

அவள் அதைப் புன்னகையுடன் வாங்கிக்கொண்டு, 'நாகு பஷி, பூ, மக்கள், பாரி குஷி' என்றாள்.

'நாக்கும்' என்றான் வஸந்த். 'ரொம்ப சிரிக்கிறயே! அப்படியே உன்னை என்ன பண்ணலாம்?'

'எந்த்த?' என்றாள்.

'ஒண்ணுமில்லை. உனக்கு உனக்கு எஸ்டேட்டில் ஆஷா... அவங்களைத் தெரியுமா?'

'ஆஷா?'

'ஆமா ஆஷா!'

'எஸ்டேட்! எஸ்டேட்!'

'ஆமா எஸ்டேட் ஆஷா! எஜமானி' என்று மிகையாக அபிநயித்துச் சொன்னான்.

அவளுக்குப் புரிந்ததுபோல் இருக்கவேண்டும். என் பின்னே வா என்று ஒற்றையடிப் பாதையில் ஓடினாள். வஸந்த் தொடர்ந்தான். ஒரு முறை கூட வருகிறானா என்று திரும்பிப் பார்த்து புன்னகை செய்தாள். 'அந்த மாதிரி சிரிக்காதே. ஹார்ட் ஃபிப்ரிலேட் ஆறது!' காப்பிச் செடிகளின் ஊடே நடந்தாள். திறமையாக நெளியும் பச்சைப் பாம்புபோல சரசரவென்று ஓட்ட நடை. 'ஏய் இரு! இரு! காவேரின்னா காவேரி மாதிரியே போறயே! உன்னை உன்னை...'

கவிதை எழுதி வைத்துவிட்டுப் புறக்கணித்ததுபோல ஒரு சிறிய வீடு. கரையெல்லாம் கொடி படர்ந்தது பசுமை. நுழைவாயிலில் பச்சை ரகசியம். கட்டில், அதில் வெயிலில் காய்ந்துகொண்டிருந்த கிழவனார் அருகில் ஒரு நாய். ஒருமுறை வஸந்தைச் சந்தேகத்துடன் பார்த்துவிட்டு காவேரியுடன் வந்திருப்பதை உணர்ந்ததும் வாலாட்டியது. காவேரி உள்ளே சென்று யாருடனோ பேச, வெளியே வந்த கருப்புக்கோட்டு இளைஞனிடம் மறுபடி காவேரியின் சிரிப்பு இருந்தது. 'ஸிட் டவுன்' என்றான்.

'அப்பாடா! இங்கிலீஷ் தெரிந்த ஒருத்தன்' என்று வஸந்த், தாத்தா பக்கத்தில் உட்கார்ந்தான்.

'என்ன வேண்டும் உங்களுக்கு? என் தங்கை சொன்னது சரியாகப் புரியவில்லை.'

'ஒன்றுமில்லை. நீங்கள் இந்த எஸ்டேட்டில் வேலை பார்க்கிறீர்களா?'

'ஆம்! மேஸ்திரி!'

காவேரி உள்ளேயிருந்து ஏதோ ஒரு பானத்தைக் கொண்டு வந்தாள்.

'காப்பி இல்லையே?'

'இல்லை, எலுமிச்சை ரசமும் தேனும்!'

'பிரமாதம்! கொண்டுவாருங்கள்!'

காவேரி அண்ணனிடம் வஸந்தைக் குறிப்பிட்டு ஏதோ அவர்கள் பாஷையில் பேச, அவன் ஆச்சரியத்துடன் பார்த்து, 'உங்களுக்கு எங்கள் பாஷை தெரியுமாமே?'

'சேச்சே! எல்லாம் எழுதிவைத்திருக்கிறேன்' என்று தன் குறிப்புப் புத்தகத்தைக் காட்டிச் சிரித்தான்.

'பரவாயில்லை. ஆங்கிலத்திலேயே சொல்லுங்கள். என்ன விஷயம்?'

'நான் ஆஷாவைப் பற்றிக் கேட்க வந்தேன்.' அவனுக்கு முகம் மாறியது. உடனே தாத்தாவைப் பார்த்தான். 'கொஞ்சம் தனியா வாங்க' என்று பத்து அடி தள்ளி அழைத்துக்கொண்டு சென்றான்.

'ஆஷாவைப் பற்றி ஏதாவது தெரியுமா?'

'இல்லை. தெரிந்துகொள்ளத்தான் கேட்டேன்.'

'ஸாப். இங்கே விருந்தாளியாக வந்திருக்கிறீர்கள். தயவு செய்து இந்தப் பெயரை மட்டும் சொல்லாதீர்கள். யாரிடமும் இதைப் பற்றிக் கேட்காதீர்கள். இது உங்களிடம் வேண்டுகோள்!'

'ஏன்!'

'ஏன் என்று கேட்காதீர்கள். வேறு ஏதாவது கேளுங்கள். காப்பியைப் பற்றிப் பேசுங்கள். வானிலையைப் பற்றி, மழையைப் பற்றி, டென்னிஸ் ஆட்டத்தைப் பற்றி, எதை வேண்டுமானாலும் பேசுங்கள். ஆஷா வேண்டாம்!'

'ஏன்? எஜமானர் மிகவும் வருத்தமாக இருக்கிறாரா?'

'ப்ளீஸ் எதுவும் கேட்காதீர்கள்.'

காவேரி அந்த கிளாஸை வஸந்திடம் கொண்டுவந்து கொடுத்த போது, அவள் விரல்களைத் தொட்டதைப் பற்றி அவள் கவலைப் பட்டதாகத் தெரியவில்லை.

'காவேரி! அப்புறம் பார்க்கலாம்' என்றான்.

புரிந்ததுபோல் தலையை ஆட்டினாள்.

வஸந்த் சற்று குழப்பத்துடன் விடை பெற்றான். கொஞ்சம் சந்தோஷம், கொஞ்சம் மர்மம். ஆஷாவின் பேரைக் கேட்டதும் அண்ணன்காரன் என்னவோ தடை செய்யப்பட்ட பகுதியில் நுழைந்துவிட்டவன் போல் அவனைப் பார்த்தான்! ஏன்? ஆனால், ஆஷா என்கிற பெயர் அந்த காவேரியிடம் எந்தச் சலனத்தையும் ஏற்படுத்தவில்லையே ஏன்?

திரும்பி வந்தபோது வராந்தாவில் கணேஷும் தாமோதரும் ஆட்டத்தைத் தொடர்ந்து ஆடிக்கொண்டிருந்தார்கள். வஸந்த் போர்டைக் கவனித்தான். கணேஷ் ஒரு ரூக் அதிகமாக வைத்திருந்தான். தாமோதர் கன்னத்தில் கை வைத்து யோசித்து ஆடிக்கொண்டிருந்தார்.

'சார், உங்களுக்கு செஸ் கிளாக் வெச்சே ஆகணும் போல இருக்கு! ரொம்ப டயம் எடுத்துக்கறீங்க.'

வஸந்த் வந்ததை அவர் கவனிக்கவில்லை.

'ஐ திங்க் ஐம் லூஸிங்!'

'இல்லை சார்! ட்ரை பண்ணிப் பாருங்க!' என்றான் வஸந்த். 'அவ்வளவு மோசமில்லை.'

'வஸந்த்!' என்று கணேஷ் அதட்டினான்.

தாமோதருக்கு அவன் செய்யும் கிண்டல் பிடிக்கவில்லை என்று தெரிந்தது. கொஞ்சம் விஸ்கி ஊற்றிக்கொண்டார்.

'ஜாஸ்தி சாப்பிடறீங்க சார்' என்றான் கணேஷ்.

'இது உள்ள போனாத்தான் சிந்தனை சுத்தமாகும்.'

'ஐ டோன்ட் அக்ரீ.'

‘ஐ டோன்ட் கேர்’ என்று ராணியை நகர்த்தினார்.

‘யோசிங்க சார்! இதான் உங்க மூவா? இதைவிட பெட்டர் மூவ் இருக்கு!’

‘டோன்ட் டீச் மீ மேன்’ என்று வஸந்தைப் பார்த்து இரைந்தார்.

‘சரி! தற்கொலை பண்ணிக்கறேங்கறீங்க! பாஸ் முதல்ல செக் கொடுங்க!’

‘கெட் அவுட்! கெட் அவுட் ஆஃப் ஹியர்!’

‘விருந்தாளிகளை இப்படித்தான் ட்ரீட் பண்றதா?’ என்றான் வஸந்த் சிரித்துக்கொண்டே.

‘கணேஷ், இவரை உள்ளே போகச் சொல்லுங்க.’

‘ஓக்கே. ஓக்கே’ என்று வஸந்த் கிளம்ப தாமோதர் போர்டில் இருந்த காய்களை மூர்க்கத்தனமாகக் கலைத்து, ‘ஐ ரிஸைன்’ என்றார்.

‘தட் வாஸ் ஹார்ஷ்’ என்றான் வஸந்த் மாடிப்படிகளிலிருந்து.

‘அடுத்த ஆட்டம் இப்போதே தொடங்கலாம்! ஐல் பிரிங் தி க்ளாக்!’

‘நாளைக்கு! நாளைக்கு! நன்றாக ஆடினீர்கள். விஸ்கி போனதும் தான் உங்கள் ஆட்டம் தடுமாறத் தொடங்கிவிட்டது. உங்களை வென்றது நானல்ல, விஸ்கி!’

அவர் மறுபடி தன் கிளாஸை நிரப்பிக்கொள்ள, ‘சார்! ப்ளீஸ், வேண்டாம்.’

‘நீ யார் என்னைத் தடுப்பதற்கு?’ என்று இரைந்தார். கோபத்தில் நரம்புகள் புடைத்திருந்தன.

‘ஸாரி, நன் ஆஃப் மை பிஸினஸ்’ என்று கணேஷ் எழுந்தான்.

‘வெய்ட்!’

கணேஷ் தயங்கி நின்றான்.

‘உனக்கு என்ன தெரியும்? நான் குடிக்காவிட்டால் இறந்து போய் விடுவேன். தெரியுமா! அந்த அலமாரியைத் திறந்து பார். தூக்க மாத்திரைகள்! டிராங்க்விலைஸர்கள்! எல்லாம் எதற்கு? அவளை மறப்பதற்கு!’

கணேஷ் சும்மா இருந்தான். ‘வஸந்த்! வஸந்த்! என்று கூப் பிட்டார். ‘உங்கள் நண்பனைக் கூப்பிடுங்கள்!’

‘எதற்கு?’ என்றான் சற்று ஆச்சரியத்துடன்.

‘அவரிடம் மரியாதைக் குறைவாகப் பேசிவிட்டேன். மன்னிப்பு கேட்க.’

‘பரவாயில்லை.’

‘என்ன பரவாயில்லை! கூப்பிடுங்கள். வஸந்த், வஸந்த்’ இப்போது நரம்பு புடைக்கக் கத்தினார்.

வஸந்த் சட்டென்று மாடிப்படிகளில் தோன்றி, ‘என்ன சார், ஏதாவது தீ விபத்தா?’

‘கீழே வாங்க.’

வஸந்த் கணேஷைப் பார்க்கவே, வா என்று சைகை செய்தான்.

இப்போது தாமோதர் நல்ல குடியில் இருந்தார். வஸந்த் வந்ததும், அவன் காலைக் குழப்பமாகத் தேடிப் பற்றிக்கொண்டு மாடிப்படியின் விளிம்பில் அவனைத் தள்ளாத குறையாக ‘வஸந்த் என்னை மன்னிச்சிருங்க. நீங்க விருந்தாளி! உங்க மனசு புண்படும்படியா...புண்படும்படியா...’

வஸந்த் பதறிப்போய் ‘என்னது? எழுந்திருங்க சார்! இதுக்கெல் லாம் அவசியம் இல்லை. நான் படி ஏறினப்பவே மறந்துட்டேன். ஸ்காட்ச் கொஞ்சம் அதிகம் சாப்பிட்டிருக்கீங்க. அதான் என்ன என்னவோ பேச வைக்குது!’

‘இல்லை வஸந்த். இப்பதான் நான் ஸோபரா இருக்கேன். இப்பதான் உங்க ரெண்டு பேர் கிட்டயும் அதைச் சொல்லியே ஆகணும். உங்களை நான் கூப்பிட்டதே அதுக்குத்தான். செஸ் எல்லாம் பாசாங்கு!’

வஸந்த் கணேஷை ஆச்சரியத்துடன் பார்த்தான்!

‘கணேஷ்! கணேஷ்! சொல்லுங்க. ஏன் அவ என்னை விட்டுட்டுப் போயிட்டா?’

‘சார்... இது வந்து’

‘கண்டுபிடி கணேஷ்! எனக்குக் கண்டுபிடிச்சுச் சொல்லுங்க! எந்த விதமான உண்மையா இருந்தாலும் கண்டுபிடிச்சுச் சொல்லுங்க. என்ன செலவு ஆனாலும் பரவாயில்லை. சொல்லுங்க! எதுக்காக என்னை விட்டுப்போனா? அவளுக்கு நான் என்ன குறை வெச்சேன்? நான் எந்தவிதத்தில் குறைஞ்சு போயிட்டேன்? என்னை விரும்பித்தானே கல்யாணம் செஞ்சுண்டா? கட்டாயப் படுத்தினேனா?’ இப்போது தாமோதர் அவள் படத்தைப் பார்த்துப் பேசிக்கொண்டிருந்தார். ‘ஆஷா, யூ பிட்ச்! எதுக்காகடி ஓடினே? ஜஸ்ட் லைக் தட்! ஆக்ஷனுக்குப் போயிருக்கேன் பங்களூருக்கு! திரும்பி வரேன். ஆளைக் காணோம். ஒரு துணி, ஒரு காசு எடுத்துக்கிட்டுப் போகலை. எங்கன்னு யாருக்கும் தெரியாது. டூரிஸ்ட் காருக்கு போன் பண்ணிருக்கா. மங்க ளூருக்குப் போயிருக்கா. அங்க போய் டென்னிஸ் கோர்ட்டு எதிரே ஒரு ஹோட்டல்ல தங்கியிருக்கா. அரை நாள்! அது வரைக்கும்தான் ட்ரேஸ் பண்ண முடிஞ்சுது. அரை நாள்! அப்புறம்? விஷ்க்! ஆளு காணாமப் போயிட்டா? வானிஷ்ட் இன் தின் ஏர்! ஏன் கணேஷ் ஏன்?’

வஸந்த் கொஞ்சம் தொண்டையைக் கனைத்துக்கொண்டு, ‘சார் இந்த பதிலை நீங்க உங்க வீட்டிலேயே தேடலையா?’

‘வாட் டு யூ மீன்?’

‘உங்க மனைவி அறையில் ஏதாவது க்ளூ கிடைக்கலாமே?’

‘அவ போனதிலிருந்து அந்த அறைப்பக்கம் எட்டிப் பார்க்கலை.’

‘ஏன்?’

‘அறை முழுசும் அவ ஞாபகங்களா இருக்கு. அவளோட செல வழிச்ச பத்து மாதச் சுவடுகள். அவள் புடைவைகள். வாசனை, எல்லாம் மிஞ்சியிருக்கு. அங்கே போனா எனக்கு அழுகை வரது!

‘கணேஷ், உங்களை நான் ஃபோர்ஸ் பண்றதா நினைச்சுக் காதீங்க. அவ ஏன் என்னை விட்டுப் போனா? அதைக் கண்டு பிடிங்க. எந்தவிதமான உண்மைக்கும் நான் தயார். நீங்க

கெட்டிக்காரர்தான். ஆனா நீங்க சொல்றாப்பலே விஸ்கி போடாம ஆடினா, உங்களை செஸ்ல ஜெயிக்க முடியும். வஸந்தைத் தோக்கடிச்சுரலாம். உங்களைத் தோற்கடிக்க கஷ்டம் தான். இருந்தாலும் முயற்சி பண்ணத்தான் போறேன். செஸ் மாதிரி இதையும் ஒரு பிராப்ளமா வெச்சுக்கங்க. ஏன்னு கண்டு பிடிங்க. எனக்குச் சொல்லுங்க. அவளை மறக்கறதுக்கு உதவி பண்ணுங்க!'

'ஐல் ட்ரை சார்! ஆனா நான் இதை இங்க எதிர்பார்க்கலை.'

'ஸாரி, ஒருவிதத்தில் உங்களை ஏமாற்றி இங்க கூட்டிட்டு வந்துட்டதா நீங்க நினைச்சுக்கக்கூடாது.'

'அப்படி இல்லை.'

'இஷ்டமில்லைன்னா, வேண்டாம்!'

'நாளைக்குச் சொல்றேன் சார்!'

'உங்களுக்கு வேண்டிய எல்லா விவரமும் தரேன். ஷி வாஸ் ப்யூட்டிஃபுல்! அழகான ஏழைப்பெண். நான் அவளை மெர்க் காராவில் ஒரு பார்ட்டியில பார்த்தேன். கிச்சன்ல ஸர்வ் பண்ணிட்டிருந்தா. பார்ட்டிக்கு வந்தவங்க எல்லோரையும் விட பிரைட்டா இருந்தா. நான் விசாரிச்சுட்டு அவ வீட்டுக்குப் போனேன். சந்திச்சேன். ஏழைக் குடும்பம். ஆறு குழந்தைகள், எஸ்டேட் பேரைக் கேட்டதும் அதிர்ந்து போயிட்டாங்க. பயந்துட்டாங்க!

'நான் அவளைப் பார்த்து எல்லாத்தையும் சொல்லித்தான் கேட்டேன். 'இதப்பாரு நான் உன்னைக் கட்டாயப்படுத்தறதா நினைச்சுக்காதே. காப்பி எஸ்டேட்ல லைஃப் இப்படி இருக்கும். என் வயசு இவ்வளவு. இஷ்டமில்லேன்னா வேண்டாம். நல்லா யோசித்துச் சொல்லு. அவசரப்படுத்த விரும்பலை, மெல்ல முடிவு சொல்லு...

'ஒருவாரம் கழிச்சு எல்லாரும் எஸ்டேட்டுக்கு வந்தாங்க.

'எல்லாவிதத்திலும் சம்மதம்னு அவளே சொன்னா. தயக்கமே இல்லை. என்னை அடையறது பாக்கியம்னா! சிரிச்சுப் பேசினா. சம்மதம் சம்மதம்னு அடிச்சுச் சொன்னா. திருப்பித் திருப்பிக் கேட்டேன். இன்னும் ஒரு வாரம் டயம் கொடுத்தேன்.

'இஷ்டப்பட்டுத்தான் என்னைக் கல்யாணம் பண்ணிக்கிட்டா. ஆரம்ப காலத்தில் ரொம்ப சந்தோஷமா இருந்தா. வீட்டில எல்லாத்தையும் மாத்தினா. புதுசா கர்ட்டன் கிளாத் போட்டா. சோபாக்களை எல்லாம் கார்ப்பெண்டரைக் கூப்பிட்டு மராமத்து செய்தா. பக்கத்தில் எஸ்டேட் ப்ரைமரி ஸ்கூல்ல போய் கொஞ்ச நாள் டீச்சரா குழந்தைகளுக்குப் பாடம் சொல்லிக் கொடுத்தா. எங்களிடையில் எந்தவிதமான மனஸ்தாபமும் ஏற்படவில்லை. ஒன்பது மாதங்கள்ல ஒரு நாள் நாங்கள் சண்டை போட்டது கிடையாது. ஒருநாள் அவள் என்னிடம் கோபித்தது கிடையாது. அதனால்தான் அவ என்னைவிட்டுப் பிரிந்த அதிர்ச்சி எனக்குத் தீரவே இல்லை. என்னால் புரிந்து கொள்ளவே முடியவில்லை. ட்ரூ! எனக்கும் அவளுக்கும் வயசு வித்தியாசம் ஜாஸ்திதான். இருந்தாலும் அவகிட்ட ஒருவித மெச்சூரிட்டி இருந்தது. பொறுப்பு இருந்தது. என்னைவிடப் பெரியவ மாதிரி எனக்கு அட்வைஸ் கொடுப்பா!'

'குறுக்கிடறதுக்கு மன்னிக்கவும். உங்க மனைவி உங்களை விட்டுப் பிரிஞ்சதுக்குக் காரணம் வேற சினேகிதமோ அல்லது காதல்னு சொல்றாங்களே அது ஏதும் இருக்காதுனு சொல் றீங்களா?'

'நிச்சயம்! அப்படி ஏதாவது காரணமா இருந்தா, அவ என்னை ரொம்ப சாமர்த்தியமா ஏமாற்றி இருக்கான்னுதான் அர்த்தம்!'

'அதனால் நீங்க ஏமாற்றப்பட்டிருக்கீங்கன்னு தெரிஞ்சுக்கிறதில என்ன லாபம்?'

'இல்லை கணேஷ், அவ என்னை ஏமாத்தலைங்கறதை நான் உறுதிப்படுத்திக்கொள்ள விரும்புகிறேன்.'

'காலைல இதை யோசித்து சொல்றேன் சார்!'

'அவசரம் இல்லை. மேலும் உங்களுக்கு இஷ்டமில்லைனாலும் எங்கிட்ட பளிச்சுனு சொல்லிரலாம். யாரையுமே இஷ்டத்துக்கு எதிரா எதையுமே செய்யச் சொல்ல மாட்டேன். ஆஷா எங்கிட்ட வந்து, 'இதுமாதிரி விஷயம். இது உங்ககிட்ட எனக்குப் பிடிக்கலை. இந்த இந்தக் காரியங்களுக்காக உங்களை நான் பிரிய விரும்பறேன்'னு வெளிப்படையாச் சொல்லியிருந்தா, நான் மறு நிமிஷமே அவளைச் சுதந்தரமா அனுப்பிச்சிருப்பேன்.'

‘ஒண்ணும் சொல்லலையாக்கும்?’

‘காலைல பத்தரை மணிக்கு என்கூட டெலிபோன்ல பேசிட்டுத் தான் இருந்தா கணேஷ்! சாயங்காலம் போக வேண்டிய பார்ட் டிக்கு தன் ஸாரிக்கு இஸ்திரி எல்லாம் போட்டுவெச்சிருக்கா! எப்படி நடுவில் திடீர்னு மனசுமாறி ஒரு டூரிஸ்ட் டாக்ஸியை வரவழைச்சு மங்களூர் போயி, அதுவும் அவளுக்குப் பரிச்சயமே இல்லாத மங்களூருக்கு எதுக்குப் போனா?’

‘நீங்களும் அன்னிக்கு ஊர்ல இல்லையா?’

‘சாயங்காலம்தான் வரேன். பங்களூர்ல ஆக்ஷனை முடிச்சுண்டு.’

‘அவ போட்டோ ஏதாவது இருக்கா?’

‘இதோ.’

‘எனக்கு முழுவடிவமும் வேணும்.’

‘தரேன்.’

கணேஷ் எழுந்து, ‘நாம இன்னும் சாப்பிடலை’ என்றான்.

‘ஸோ ஸாரி. அந்தப் பேதைப் பெண்ணைப் பத்தி, ராட்சசியைப் பத்திப் பேசிக்கொண்டிருக்கிற சுவாரஸ்யத்தில் சாப்பாட்டையே மறந்துட்டேன். இனி இவளைப் பத்திப் பேச வேண்டாம். நீங்க மனசில வெச்சுட்டா சரி. நீங்க போறதுக்குள்ளேயே கண்டுபிடிச்சு சொல்லணும்னு அவசியமில்லை. சென்னைக்குப் போன பிற்பாடும் இதைப்பத்தி சமயம் கிடைக்கிறபோதெல்லாம் விசாரிச்சுக்கிட்டே இருங்க. ஏதாவது விவரம் தெரிஞ்சா எனக்கு எழுதுங்க. அல்லது இங்க வந்து சொல்லுங்க, என்ன?’

‘சரி சார், கண்டு பிடிச்சா, சொல்றோம்.’

‘உங்களால ஆகாததா?’

‘அப்படியில்லை. இந்த மாதிரி கண்டுபிடிக்கிறதனால மன நிம்மதி கிடைச்சா நல்லது.’

‘நிம்மதி கிடைக்குமோ இல்லையோ, மறக்க முடியலை.’

டின்னரின்போது அவர் ஆஷாவைப் பற்றிப் பேசவில்லை. சாப்பாட்டை முடித்துவிட்டு மாடிக்குப் போனபோது வஸந்த்

ஆரம்பித்தான். 'பாஸ் இனிமேலும் உங்ககிட்ட மறைக்க விரும்பலை! அந்த பெண் கள்ளக்காதலன் வச்சிக்கிட்டு இருந்தா!'

'என்னடாது, அதுக்குள்ள ஸால்வ் பண்ணிட்டியா?'

'ஆமா பாஸ். ஸாரி உங்ககிட்ட மத்தியானமே சொல்லியிருக்கணும். நீங்க ரெண்டு பேரும் செஸ் ஆடிக்கிட்டிருக்கிறபோது நான்...'

'அந்தப் பெண் பெட்ரூமைக் குடைஞ்சே! நான் அப்பவே சந்தேகப்பட்டேன். திருதிருன்னு முழிச்சியே, என்ன பார்த்தே சொல்லு?'

'அலமாரியில் ரெண்டு கடுதாசியைப் பார்த்தேன். அதைப் படிச்சதில இருந்து, இது ரொம்ப ஸிம்பிள் கேஸ். பெரியவரு வயசான காலத்தில் கல்யாணம் செஞ்சுக்கிட்டு இருக்காரு. பொண்ணு ஏழைப் பொண்ணு. எக்கச்சக்க தங்கச்சியை வெச்சுக் கிட்டு, அவங்களுக்கு, குடும்பத்துக்கு நல்வாழ்வு வரதுக்காக தியாகம் பண்ணாப்பல, எஸ்டேட்டைக் கல்யாணம் செய்து கொள்ள சம்மதிச்சிருக்கா. ஏற்கெனவே காதலன் இருந்திருக் கான். கல்யாணம் ஆனப்புறம் கூட வந்துருன்னு டெம்ப்ட் பண்ணியிருக்கான். கொஞ்ச நாள் கிழவனோட தாக்குப்பிடிச் சிருக்கா. அப்புறம் ஓடிப்போயிருக்கா. பாஸ், இது ஜில்லா ஜில்லாவா நடக்கிற சாதாரணக் கதைதான். ஸாருக்கு வெறுப்பில கொஞ்சம் தேவதாஸ் போடறார். எனக்கென்னவோ கொஞ்சம் ஜாஸ்தி உருகறார்னு பட்டது.'

'சே அப்படிச் சொல்லக்கூடாது. அவளைப் பத்தின எந்த விதமான ஞாபகங்கள் அவர்கிட்ட பசுமையா இருக்குங்கறதைப் பொருத்து...'

'பாஸ், நீங்ககூட என்ன சென்ட்டிமெண்டலாப் பேசறீங்க. இதுல என்ன இருக்கு? 'இந்த மாதிரி எஸ்டேட்ல வாழக் குடுத்து வெச்சிருக்கணும். உனக்கு விருப்பமில்லை, எவனோடயோ போய் அல்லாடறேன்னா, சீ போ, கழுதை!'ன்னு விரட்டிர வேண்டியதுதானே! எஸ்டேட்டில இல்லாத பொண்ணுங்களா? சாயங்காலம் ஒரு கூர்கி பொண்ணு பார்த்தேன். ஆஹா! பாரதி நூற்றாண்டு விழாவில் - தெரிந்த திரைக் கடலில் நின்முகம் கண்டேன். நீல விசும்பினிடை நின்முகம் கண்டேன்...'

'ஹோல்ட் ஆன். நீ ரெண்டு லெட்டர் பார்த்தேன்னியே, கொஞ்சம் விவரமாச் சொல்லு.'

'பாஸ், இந்த கேஸை எடுத்துக்கப் போறீங்களா?'

'ஆமாடா. ஓல்டு மேனைப் பார்த்தாப் பாவமா இருக்கு. ஊருக்குப் போறதுக்குள்ள கண்டுபிடிச்சிக் கொடுத்துட்டுப் போயிரலாம்னு தோணுது. ஊருக்குப் போனா இதைப் பத்தி நினைக்க முடியாது. ரெண்டு லெட்டர் என்ன சொன்னே?'

'ரெண்டும் ஒரே ஆள்கிட்ட இருந்துதான். கொண்டுவரட்டுமா?'

'பார்த்துரலாம். இப்பவே ஆரம்பிச்சுரலாம்.'

வஸந்த் அந்தப் பெண்ணின் அறைக்கு மறுபடி சென்று அந்தக் குறிப்புப் புத்தகத்தையும் அதில் இருந்த ரெண்டு கடிதங்களையும் கொண்டு தந்தான்.

கணேஷ் கவனமாகப் படித்தான்.

'நீ சொல்ற கதை ஒத்துப்போறது. ஆனா... உதைக்குது!'

'ரெண்டாவது கடுதாசி கொஞ்சம் உதைக்குது இல்லையா? அவன் இவளை ஏன் வரலைன்னு கோவிச்சுட்டு எழுதியிருக்கான். அதனால இவ அவன்கூடப் போகலைன்னு தெரியுது. ஆனா, இவர் சொல்றதைப் பார்த்தா மங்களூருக்குப் போயிருக்கா! அதனால முதல் சந்தர்ப்பத்தில் தீர்மானிக்காம, ஒண்ணு ரெண்டு நாள் கழிச்சுத் தீர்மானிச்சிருக்கான்னு தோணுது.'

'அதுக்குள்ள காதலன் அமெரிக்கா போய்ட்டான்னா...'

'அமெரிக்காவை - ஏதோ விசாவைப் பத்தி மென்ஷன் இருக்குது இல்லை?'

'ரெண்டாவது கடுதாசியைப் பாருங்க. குட் பை டாட்டா எல்லாம் சொல்லியிருக்கான்.'

'உதைக்குது. ஸோ ஒரு விசயம்...'

'ஒருவேளை அவனைத் தேடிண்டு மங்களூர் போயி அங்கிருந்து...'

'இல்லை. இன்னொரு விசயம். வஸந்த், வா அந்த ரூமுக்குப் போகலாம்!'

கணேஷ் சற்று அவசரத்தில் இருந்தான். பாத்ரூமைக் கடந்து அடுத்த அறைக்குள் - அவள் அறைக்குள் - விரைவாக நுழைந்தான்.

'ஒரே தூசு பாஸ். டிஸ்டர்ப் பண்ணாம வெச்சிருக்கேன்.'

'லைட் இருக்கா பார்!'

வஸந்த் சுவரில் தடவி லைட் போட்டான்.

'எங்க பார்த்தே அந்த லெட்டரை?'

'அதோ வார்டுரோபில்.'

'கணேஷ் அதைத் திறந்தான். சேலைகளை, உள்ளுடைகளை ஆராய்ந்தான். புத்தகங்களைப் பிரித்துப் படித்தான். 'ஹூம்! வெரி இன்ட்ரஸ்டிங்.'

'புடைவையிலயும் புஸ்தகத்திலயும் என்ன இன்ட்ரஸ்ட்?'

'சொல்றேன்! சொல்றேன்! வஸந்த், இந்த கேஸ் நீ நினைக்கிற மாதிரி அவ்வளவு சிம்பிள் இல்லை!'

'எப்படிச் சொல்றீங்க?'

'காரணத்தை எல்லாம் கடைசில சொல்றேன். சார் இருக்காரே, மிஸ்டர் தாமோதர்! பெரிய ஆளு! ஹி இஸ் எ வெரி டீப் மேன்! கேஸ் அவ்வளவு சுலபமில்லை.'

'என்ன பாஸ், மேலும் ஒரு குற்றமா?'

கணேஷ் பதில் சொல்லவில்லை. யோசனையில் இருந்தான்.

'பாஸ் அந்த மலைமுகட்டில் முள் செடியில் மாட்டிக்கிட்டிருந்த புடைவைத் துண்டு...'

'ஓ எஸ், அதுக்கும் என்ன அர்த்தம்னு பார்க்கணும். அதுக்கு முன்னால காலைல தூங்கி எழுந்த உடனே ஸ்கூல்!'

'ஸ்கூல்?'

'ஆமா! ஞாபகமில்லை? ஆஷா கொஞ்ச நாள் பொழுது போகாம எஸ்டேட்ல கிண்டர் கார்டன் ஸ்கூல்ல போய் சொல்லிக் கொடுத்தான்னு சொன்னாரே! அந்த ஸ்கூல்ல போய் அதன்

ஹெட்மிஸ்ட்ரஸை விசாரிக்கணும். அவ எப்படிப்பட்ட பொண்ணு. என்ன மாதிரி குணம். சுபாவம் எப்படி...'

'உங்க பேர்?'

'சாந்தலா!' ஹெட்மிஸ்டரஸ் பூனைக் கண்களுடன் சற்றே பயத்துடன் கணேஷைப் பார்த்தாள். சின்னச் சின்னக் குழந்தைகளின் கன்னங்களில் வெயில் சிவப்பேறியிருந்தது. அத்தனை பிள்ளைகளும் பச்சை ஸ்வெட்டர் போட்டுக் கொண்டு,

Pat a Cake Pat a Cake

Baker's Man

என்று கோரஸ் பாடிக்கொண்டிருந்தன.

'உங்களுக்கு இந்த எஸ்டேட் ஓனர் தாமோதரின் மனைவியைப் பத்தி தெரியுமா?'

'ஓ! பேஷா! தெரியுமே? ஏன்?'

'அவங்களைப் பத்தி கொஞ்சம் விவரம் வேண்டும்!'

'நீங்க யாரு?'

'என் பெயர் கணேஷ். அது வஸந்த். மெட்ராஸ்ல இருந்து வந்திருக்கோம். லாயர்ஸ்! தாமோதர் எங்க ஃப்ரண்டு. உங்க நேரத்தை வீணாக்க விரும்பலை நான். நாங்க எதுக்கு வந்தோம்னு சொல்லிடறோம். அவ ஏன் திடீர்னு அவரை விட்டுப் போயிட்டாங்கற காரணத்தை, தாமோதர் எங்களைக் கண்டுபிடிக்கச் சொல்லியிருக்கிறார்.'

'ஓ! ஐ ஸீ.'

நீங்க தயங்கவே வேண்டாம். உங்களை எந்தச் சந்தர்ப்பத்திலயும் விட்டுக்கொடுக்க மாட்டோம். நீங்கதான் சொன்னீங்கன்னு காட்டிக்கொடுக்கவும் மாட்டோம். தாராளமா உங்க மனசில என்ன இருக்கோ, அதைச் சொல்லலாம் நீங்க.'

'ஷி வாஸ் அன்ஹாப்பி!'

'குட்! ஏன்?'

'அவளை நிர்பந்தப்படுத்தி அவர் கல்யாணம் செய்துக்கிட்டார்!'

'அவர் அப்படிச் சொல்லலையே! அவர் என்னவோ அவகிட்ட எல்லாத்தையும் விவரமாச் சொல்லி, உனக்கு இஷ்டமிருந்தா என்னைக் கல்யாணம் செய்துக்க, இல்லைன்னா வேண்டாம்...'

'பொய்! பண பலத்தையும் அவ குடும்பத்துடைய ஏழ்மையையும் பயன்படுத்திக்கிட்டு...'

உள்ளே ஒரு பெண் நுழைந்து, 'மாடம் தர்ட் பி யில தங்கம் டீச்சர் வரலை.'

சட்டென்று நிறுத்தி விட்டாள். 'இப்ப என்னை டிஸ்டர்ப் பண்ணாதே! கதவைச் சாத்திக்கிட்டுப் போ!' என்றாள்.

அந்தப் பெண் சற்று கோபத்துடன் விலக, சாந்தலாவின் பூனைக் கண்களில் கலவரம் தெரிந்தது.

'பயன்படுத்திக்கிட்டு...' என்று கணேஷ் சிபாரிசு செய்தான்.

'மிஸ்டர் கணேஷ்! அவர் என் எஜமானர். இந்த ஸ்கூல் அவருடையது. எனக்குப் பேசறதுக்குப் பயமா இருக்கு... சுவர்களுக்குக் காது இருக்கும்...'

'சொல்ல வந்ததை முடிச்சுறுங்க!'

அவள் கண்கள் தூரம் பார்த்தன.

'ஸ்வீட் கர்ள். ஆனா எஸ்டேட்டுக்கு வந்த தினத்தில் இருந்து சிரிக்கவே இல்லை. இந்த ஸ்கூலுக்கு அதுக்குத்தான் வந்தா. அன்றலர்ந்த முகங்களைப் பார்க்கறதுக்கு. கிண்டர் கார்ட்டன் கிளாஸ் எடுத்தா. பொறுமையாக கலர் ப்ளாக்ஸ் எல்லாம் வெச்சு... சொல்லிக்கொடுத்து...'

'அவ திடீர்னு விட்டுட்டுப் போய்ட்டது பற்றி ஏதாவது தெரியுமா உங்களுக்கு?'

'தெரியாது' என்றாள் சட்டென்று. 'திடீர் என்று அவளை எஸ்டேட்ல காணம். அவ்வளவுதான் எனக்குத் தெரியும். அதுக்கு மேல் கேக்காதீங்க.'

அவள் கண்களில் பயம் இருந்தது.

அவள் பெற்றோர்கள் விலாசம் தெரியுமா?'

'தெரியாது!'

'அவ எப்பவாவது கிரண்ங்கிறவரைப் பத்தி உங்ககிட்ட சொல்லி யிருக்காளா?'

'இல்லை. சொன்னதே இல்லை. ப்ரைவேட்டா எதுவும் பேசினது இல்லை...'

'பின்ன எப்படி அவ எப்பவும் சோகமா இருந்தான்னு...'

'ஒரு பெண் மற்றொரு பெண்ணைப் பார்த்து உணர்ச்சிபூர்வமா தெரிஞ்சுக்க முடியாதா சார்?'

'ட்ரூ... இருந்தாலும்...'

'ஐம் சாரி மிஸ்டர் கணேஷ்! இதுக்கு மேல நான் எதும் சொல்ல விரும்பலை. ஏற்கெனவே எல்லைமீறிப் பேசிட்டேன்னு பயமா இருக்குது!'

'இன்னும் ஒரே ஒரு கேள்வி.'

'ப்ளீஸ்! என்னை விட்டுருங்க!'

கணேஷ் சற்று நேர மவுனத்துக்குப் பிறகு, 'வா வஸந்த் போகலாம்!' என்றான்.

அவர்கள் கிளம்ப, 'உங்க கிட்ட ஒரே ஒரு ரிக்வெஸ்ட்!' என்றாள்.

'நீங்க சொன்னதா எதையும் சொல்லவேண்டாம். அதானே?'

'அதில்லை... இந்த விஷயத்தைப் பற்றி மற்ற டீச்சர்கள் யார் கிட்டேயும் எதுவும் கேட்காதீங்க!'

'ஏன்?'

'அவர்களுக்கு அதிகம் தெரியாது! காஸ்ஸிப் வளரும்! ஏற் கெனவே நீங்க இங்க வந்துட்டுப் போன செய்தி எப்படியும் பெரியவருக்குத் தெரிஞ்சுடும்!'

'ரொம்ப பயப்படறீங்களே!'

‘ஆமா! பயந்தான்! அவர் அவளை...’

‘அவர் அவளை...’

‘ப்ளீஸ் போங்க. எல்லாத்தையும் கிளறாதீங்க!’

பள்ளியை விட்டு வெளியே வந்ததும், ‘பாஸ் என்ன நினைக்கிறீங்க?’ என்றான் வஸந்த்.

‘சம்திங் ஸ்ட்ரேஞ்ச்! வெரி ஸ்ட்ரேஞ்ச்!’

‘நான் அப்பவே நினைச்சேன். அந்தாளு நேத்திக்கு வீட்டுல பேசினதெல்லாம் நடிப்பு. அவ அவரை விட்டுப் போனதுக்கு வேற ஏதோ ஆழமான காரணம் இருந்தாகணும்!’

‘விட்டுப் போனாளா இல்லை...’

‘என்ன பாஸ் சொல்றீங்க?’

‘ஒண்ணும் சொல்லலை. ஒண்ணும் இப்ப நினைக்கவேண்டாம். க்ளீன் ஸ்லேட் வஸந்த்! நீ சொல்ற மாதிரி இந்த... நத்திங், வா திரும்பிப் போகலாம்.’

அவர்கள் பள்ளியிலிருந்து நடந்து செல்ல, இங்கிருந்து மேலே பார்த்தால் தாமோதரன் பங்களா தெரிந்தது. ஓரத்தில் மலை முகடு தெரிந்தது.

‘பாஸ், பார்த்துக்கிட்டு இருக்கார்!’

கணேஷ் நிமிர, ஆம், தாமோதர் வாயில் பைப் வைத்துக்கொண்டு நின்று கொண்டு வேலிக்கம்பி ஓரத்தில் இவர்கள் இருவரையும் பார்த்துக்கொண்டுதான் இருந்தார். சிறியவராகத் தெரிந்தார்.

‘வா வஸந்த்! இப்ப நாமும் அவரும் எதிர் எதிரா இன்னொரு ஆட்டம் ஆடறோம்னு வெச்சுக்கலாம். அடுத்த மூவ், என்னன்னு பார்க்கலாம்!’

‘சாப்பாடுதான் அடுத்த மூவ்! குழப்புது!’

‘எனக்குக் கொஞ்சம் கொஞ்சமாத் தெளிவாறது!’

‘என்ன? சொல்லித் தொலையுங்களேன்!’

'இல்லை வஸந்த்! சமயம் வரப்ப சொல்றேன்!'

அவர்கள் திரும்ப பங்களாவுக்குச் சென்றபோது,

'வாங்க எங்க போயிருந்தீங்க?' என்றார் தாமோதர்.

'ஸ்கூலுக்கு' என்றான் கணேஷ் பொய் சொல்ல விரும்பாமல்!

'அவளைப் பற்றி விசாரிச்சீங்களா யார்கிட்டயாவது?'

'இல்லை. சும்மா பிள்ளைகளைப் பார்த்துட்டு வந்தோம்.'

புன்னகைத்தார். அப்போது அந்த மேஸ்திரி வந்தான். வஸந்த் நேற்று சந்தித்த மேஸ்திரி. ஆஷாவைப் பற்றி ஏதும் பேசாதே என்று எச்சரித்த மேஸ்திரி. அவன் வந்ததும் அவர் முகம் கடுகடு வென்று ஆகிவிட்டது. அவர்கள் பாஷையில் அவனை சர மாரியாகத் திட்டுவதுபோல் இருந்தது. மேஸ்திரி அதிர்ந்து போய் பேசமுடியாமல், ஒரு பதில்கூடச் சொல்ல முடியாமல், திணறி, சற்று நேரத்தில் அவர் கால்களைப் பிடித்துக் கதறினான்!

'நோ! நோ! என்றார். அவன் அழுதான். அவர் கொஞ்சமும் தாட் சண்யம் காட்டுபவராகத் தெரியவில்லை. கெஞ்சினான் மீண்டும்.

கணேஷுக்குச் சற்று அசந்தர்ப்பமாக இருந்தது. 'சார் நாங்க போறோம்!'

'இருங்க, இவனை முடிச்சுட்டு வந்துடறேன்! இவனை டிஸ்மிஸ் பண்ணிட்டேன். எஸ்டேட் பணத்தில் ஐயாயிரம் ரூபா களவாடிட்டான். ஐ ஹாவ் நோ மெர்ஸி ஃபார் ஹிம்! போடா! ஓடு... ரன்! கெட் அவுட்!'

அவன் துண்டை உதறிவிட்டு எழுந்தான். இனிப் பயனில்லை என்பது அவனுக்குப் புலப்பட்டு விட்டது. இப்போது அவன் முகத்தில் விரோதம் இருந்தது.

என்னவோ அதட்டலாகக் கேட்டான். அதைவிட அதட்டலாகப் பதில் சொன்னார். அவன் இப்போது முழுவதும் விரோதமாகி பார்த்துவிடுகிறேன் என்பதுபோல் எச்சரிக்கையாகச் சொல்லி விட்டுப் போனான்!

அவன் சென்றபின், 'என்னவோ செஞ்சுடுவானாமே! என்னடா செய்வே? எல்லாம் நன்றி கெட்ட நாய்கள்! எனக்கு ஒன்று மட்டும்

ஆகாது கணேஷ். என்னை யாராவது ஏமாற்றினான்னு தெரிஞ்சா என் நிலை தாங்க முடியாது. அந்த நிமிஷமே தண்டனை!'

வஸந்த் சற்று அதிர்ச்சியுற்று சமாளித்துவிட்டு, 'விடுங்கள் சார், சாப்பாட்டு வேளையில் எதுக்குக் கூப்பாடு!'

'நன்றி கொன்றவர்களை என்னால மன்னிக்கவே முடியாது.'

'அப்படின்னா உலகத்தில நீங்க குப்பை கொட்டறது ரொம்ப கஷ்டம்.'

'அதுக்குத்தான் இந்த எஸ்டேட்ல ஒளிஞ்சுக்கிட்டிருக்கேன். இங்கயும் எத்தனை துரோகம்!'

சாப்பிடும்போதும், 'வேலை இல்லாம தெருவுல திரிஞ்சுண்டு இருந்தவனைக் கொண்டு எஸ்டேட்டில வெச்சு, தொழில் கத்துக் கொடுத்து... ஐநூறு ரூபா சம்பளத்தைக் கொடுத்து... ஐயாயிரம் ரூபா எனக்குப் பெரிசில்லை. அய்யா, அவசரத்துக்கு வேணும்னு கேட்டிருந்தா கொடுத்திருக்க மாட்டேனா? எனக்குத் தெரியாம எடுத்துக்கிட்டு அப்புறம் சொல்றான். டிஸ்மிஸ் பண்ணணுமா இல்லையா?'

'நீங்க செஞ்சது சரிதான் சார். அப்பளம் எடுத்துக்கங்க.'

சாப்பிட்டதும் ஆசுவாசத்துக்காக இருவரும் மாடிக்கு வந்தார்கள். 'பாஸ்! முற்பகல் நிகழ்ச்சியில எனக்கு ஒண்ணு முக்கியமாப் படுது.'

'என்ன?'

'என்னை யாராவது ஏமாற்றினா அந்த நிமிஷமே தண்டனை.'

'ம்?' கணேஷ் சிந்தனையில் இருந்தான்.

திறந்திருந்த கதவைத் தட்டிவிட்டு தாமோதர் உள்ளே வந்தார்.

'கணேஷ், அவளோட ஃபுல் சைஸ் போட்டோ கேட்டீங்களே! இந்தாங்க! இதில இருந்து சுலபமா அடையாளம் கண்டு கொள்ளலாம்... நல்ல நிறமா ஏறக்குறைய மலைச்சரிவில் விளையற எலுமிச்சை நிறத்துக்கு இருப்பா!'

கணேஷ் அந்த போட்டோவை வாங்கிப் பார்த்தான். நின்று கொண்டிருந்தாள். கச்சிதமாக... அழகாக... அதே புன்னகை, லேசாக வாய் திறந்த புன்னகை!

'சார், எனக்கு இன்னொரு விவரம் வேணும்.'

'சொல்லுங்க.'

'அவ அப்பா அம்மா அட்ரஸ்?'

'தரேன், மெர்க்காராவிலன்னா இருக்கு. டவுனுக்குப் போகப் போறீங்களா?'

'மத்யானம் போகலாம்னு இருக்கேன்.'

'அவ ஓடிப்போனப்புறம் நான் போய்ப் பார்க்கவே இல்லை!'

'நாங்க போய்ப் பார்க்கறோம், அட்ரஸ் கொடுங்க!'

'டிரைவரைக் காட்டச் சொல்றேன். மெர்க்காரா டவுனுக்கு வெளியில தலைக்காவேரிக்குத் திரும்பற பாதையில 'வெஸ்ட் வ்யூ'ன்னு ஒரு டூரிஸ்ட் ஓட்டல் இருக்கு. எதுத்தாப்பல ஒத்தையடிப் பாதை போகும். காட்டச் சொல்றேன். நூறு அடி சரிவில போனீங்கன்னா காப்பி எஸ்டேட்டை அடுத்து தகரக் கொட்டகை மாதிரி ஒரு வீடு இருக்கும். 'கே. தேவையா'ன்னு பேர் எழுதியிருக்கும். போஸ்ட்பாக்ஸ் ஒண்ணு இருக்கும். அதான் அவ வீடு. வீட்டைப் பாருங்க. அவளை எங்கிருந்து எங்க கொண்டு வெச்சேன்னு உங்களுக்குப் புலப்படும்...'

'தேவையா யாரு?'

'அவ அப்பா...'

வீடு பூட்டியிருந்தது. 'தேவையா' என்கிற போர்டு மட்டும் நொண்டியாகத் தொங்கிக்கொண்டிருந்தது! சுற்றிலும் பார்த்தார்கள். ஜீப் கீழே காத்துக்கொண்டிருக்க, அருகே டிரைவர் கைக்குள் சிகரெட்டைப் பொத்தி புகை பிடித்துக்கொண்டிருந்தான். தூரத்தில் நீலம் போர்த்திய மலை நதி நெக்லஸ் அணிந்திருந்தது. ஒன்றிரண்டு சாயங்கால பட்சிகள் ட்வீட்டிக்கொண்டிருந்தன.

'என்ன செய்யலாம் வஸந்த்? ஆள் இல்லை போலத் தெரியுது.'

'பக்கத்தில எங்கயாவது விசாரிக்கலாம் பாஸ்! நீங்க ஆஷாவோட அப்பனை என்ன கேக்க விரும்பினீங்க?'

'எனக்கே ஞாபகமில்லை! வா போயிரலாம்.'

'இருங்க!' எதிரே சுள்ளி பொறுக்கிக்கொண்டு வந்த பெண்ணிடம் 'இங்கே தேவையான்னு ஒருத்தர் இருக்காரே அவர் எங்கே?' என்று வீட்டைக் காட்டி, போர்டைக் காட்டிக் கேட்டான்.

அவள் பதில் சொன்னாள். ஆனால், பதில்தான் புரியவில்லை.

'வந்துருவாங்களா?'

தலையை ஆட்டுகிறாள். ஆம் என்கிறாளா? இல்லை என்கிறாளா? மேலும் அவள் பாஷையில் ஏதோ சொன்னாள்.

'வஸந்த்! இட்ஸ் நோ யூஸ்! இன்னொரு சமயம் வரலாம்!'

கணேஷ் அந்தத் தகர வீட்டை ஒட்டியிருந்த எஸ்டேட்டின் பெயரைப் பார்த்தான். கோஸி நூக். 'வா போகலாம்.'

ஜீப்பில் மெர்க்காராவின் உயரச் சரிவு வீதிகளில் மெல்லச் சென்றார்கள். அடிக்கடி மலை, நான் இருக்கிறேன் என்று நினைவு படுத்திக்கொண்டே இருந்தது. பளபளக்கும் கருப்புக் கோட்டு, இடுப்புப் பட்டை, வாள் சகிதம் ஒரு மாப்பிள்ளை பேண்டு வாத்தியத்துடன் ஊர்வலம் சென்றுகொண்டிருந்தான். ஹிப்பிகள் தென்பட்டார்கள். பாரப்பெட் சுவரில் பலர் வெயிலில் காய்ந்துகொண்டிருந்தார்கள். சர்ச் மணி அடித்தது. கடைகளில் மலையாளம் புழங்கிக்கொண்டிருந்தது. மட்டக்குதிரை மேல் ஒரு சிறுமி சிரித்துக்கொண்டே சவாரி செல்ல, கூட ஒரு பழைய ஸ்வெட்டர் ஓடிக்கொண்டிருந்தான். வெள்ளைப் புடைவையில் விதவைகள் ஆரோக்கியமாக இருந்தார்கள். வஸந்த், 'பாஸ் அங்கே பாருங்க' என்றான் ஷாக் அடித்தவன்போல.

'எங்கே?'

'அங்க பாருங்க. மார்க்கெட் வாசலில் ஒரு பொண்ணு தண்டுக் கீரையோட என்னவோ வாங்கிக்கிட்டு இருக்குதே!'

'ஓ அதுவா? என்ன இப்ப?'

‘உன்னிப்பா பாருங்க... ஆஷா மாதிரி இல்ல?’

கணேஷ் இப்போது கவனத்தைத் தீட்டிவிட்டுப் பார்த்தான். ‘ஆமாடா! இறங்கு இறங்கு!’

‘டிரைவர் இங்கேயே இருங்க. வரோம்!’

‘விரைவாக இருவரும் அவளை நோக்கிச் செல்ல அவள் சில்லறை பெற்றுக்கொண்டு தெருவில் அங்குமிங்கும் வேடிக்கை பார்த்துக் கொண்டு நடந்தாள்.

கணேஷும் வஸந்தும் விரைந்து அவளை நெருங்க நெருங்க.

‘ஆமா வஸந்த், அவ மாதிரித்தான் இருக்கு.’

‘மை காட்! இவ்வளவு சுலபமா டிரேஸ் பண்ணிட்டமே!’

‘இரு இரு.’ அவள் வளையல் கடையில் நுழைந்திருந்தாள். கண்ணாடிப் பெட்டிக்குள் குறிப்பிட்டுக் காட்டினாள். கணேஷ், வஸந்த் இருவரும் கடைவாசலில் வந்து நிற்க, ‘கணேஷ் ஒரு முறை அந்த போட்டோவை எடுத்து சந்தேகத்துக்குப் பார்த்துக் கொண்டான். இவள் போலத்தான் இருக்கிறது. உயரம் பொருந்தி யது. பக்கவாட்டில் தெரிகிறாள். திரும்பினாள் என்றால் பரவா யில்லை.

திரும்பினாள்.

இவள்தான்! இவள்தானா?

‘ஆஷா!’ என்றான் கணேஷ். அவள் முகத்தில் எந்தவித மாற்றமும் தெரியவில்லை. மாறாக சட்டென்று முகத்தைத் திருப்பிக் கொண்டு, கடைக்காரப் பெண்ணுடன் அவசரமாக ஏதோ பேசி விட்டு வளையல்களைத் தேர்ந்தெடுக்கும்போதும் காசு கொடுக் கும்போதும் பேக் செய்வதைப் பார்த்துக்கொண்டிருக்கும் போதும், அவர்கள் இருவரையும் ஒரு கணம் கண்களில் கலவரத் துடன் பார்த்துவிட்டு உடனே முகத்தைத் திருப்பிக்கொண்டாள். கணேஷும் வஸந்தும் வாசலில் காத்திருக்க... அவள் வெளியே வர, ‘ஆஷா! ஆஷா! உன்னுடன் பேசவேண்டும்’ என்றான் வஸந்த் ஆங்கிலத்தில்.

‘ஹூ ஆர் யூ?’

‘ஃப்ரெண்ட்ஸ்.’

‘யூ ஆர் மிஸ்டேக்கன். ஐம் நாட் ஆஷா!’ என்று விறுவிறுவென்று நடந்தாள். சற்றுத் திகைத்துவிட்டு இருவரும் அவளைப் பின் தொடர்ந்தார்கள். சந்து திரும்பும்போது ஒருமுறை திரும்பிப் பார்த்தாள்.

‘ஆஷா வெய்ட்!’

அவள் இன்னும் வேகமாக நடக்க, இவர்கள் பின்தொடர, ஓரிருவர் இவர்களை வெறித்துப் பார்த்தனர். ரொம்ப சுறுசுறுப்பான சந்து. மலைத் தேனும், ஜிலு ஜிலு நகைகளும், பைன் ஆப்பிளும், பல வர்ண ஸாரிகளும், இனிப்புகளும், தீட்டப்பட்ட கத்திகளும், டி.வி.எஸ் 50-க்களும், ரேடியோக்களும் ரோஜாக் களும் போட்டோ ஸ்டூடியோக்களும்...

அவள் போட்டோக்கடை ஒன்றில் நுழைந்தாள்.

கணேஷும் வஸந்தும் சற்றே தயங்கி வாசலில் நின்றார்கள். உள்ளே மீசைக்கார கடைக்காரனிடம் படபடவென்று அவர்கள் பாஷையில் பயத்துடன் கணேஷையும் அடிக்கடி சுட்டிக்காட்டிக் கொண்டே பேசினாள். கடைக்குள் மறைந்தாள்.

அவன் தன் கைச்சட்டையை மடக்கிக்கொண்டு வெளியே வந்தான்.

‘வஸந்த், இட்ஸ் கெட்டிங் ஹாட்!’

‘பார்க்கலாம் பாஸ்!’

‘சண்டை வேண்டாம். கை கலப்பு வேண்டாம்!’

‘பார்க்கலாம் பாஸ்!’

அவன் விரோதமாக, ‘கெட் அவுட் பாஸ்டார்ட்ஸ்!’ என்றான்.

‘மிஸ்டர், எங்களைத் தப்பாக எண்ணிக் கொள்ளாதீர்கள். அந்தப் பெண் ஆஷா...’

‘ஹூ இஸ் ஆஷா?’

‘உள்ளே சென்றாளே!’

'உங்களுக்கு என்ன பைத்தியமா? அவ பெயர் ஆஷா இல்லை.'

'பின் அவள் யார்?'

'என் தங்கை!'

'ஆஷா இல்லை.'

'உதை வேண்டுமா? எந்த ஊர் நீ? கடைத்தெருவில் மரியாதை யாகப் போகவேண்டும். அடிபடவேண்டுமா?' என்று வஸந்தின் காலரில் கை வைத்து கொத்தாகப் பிடித்தான்.

'மிஸ்டர்! சட்டையை விடு!'

அவன் இன்னும் இறுக்கினான்.

வஸந்த் இருமினான். 'டேய் சோமாரி!' என்று தமிழுக்குத் தாவினான். அவன் வஸந்தை அடித்தான். அடுத்த அடியை கணேஷ் தடுத்து, 'லுக் மிஸ்டர்! தேர் ஹஸ் பீன் எ மிஸ்டேக்...'

'மிஸ்டேக்' என்று மறுபடி கணேஷை நோக்கி வீற, அவன் சாமர்த்தியமாக குனிந்துகொள்ள, வஸந்த் பச்சக் என்று அவன் முகத்தில் உள்ளங்கையால் அடிக்க, உடனே உள் மூக்கு உடைந்து போய் ரத்தம் வந்தது, ஆத்திரத்தில் அவன் தன் பெல்ட்டை உருவ மளமளவென்று கூட்டம் சேர்ந்துகொள்ள, 'வஸந்த், செத்தோம்!'

வஸந்த் உடனே பக்கத்துக் கடைக்குப் பாய்ந்து கத்தியை உருவிக் கொண்டு, 'பாஸ், இந்தப் பக்கம் வந்துருங்க! ஏய்! யாராவது கிட்ட வந்தால் பீஸ் பீஸாக் கீச்சுருவேன்!' என்று இந்தப் பக்கமும் அந்தப் பக்கமும் கத்தியைச் சுழற்ற, கத்தியைக் கண்டு சற்றே அவர்கள் பயந்ததால் ஏற்பட்ட சந்தர்ப்பத்தைப் பயன்படுத்திக் கொண்டு, 'வாங்க பாஸ் ஓடிரலாம் ஜீப்புக்கு. போலீஸ் கீலீஸ் வந்தா அசிங்கமாயிரும்.'

ஜீப் வரை துரத்தினார்கள்.

'ஓட்டுப்பா ஓட்டு!'

கற்கள் ஜீப்பின்மீது விழ, ஜீப் விரைய, அவர்கள் கொஞ்ச தூரம் கூட ஓடி வர,

'அப்பாடா! தட் வாஸ் க்ளோஸ்!' என்றான் கணேஷ்.

'ஆதாயம், ரெண்டு கத்தி!'

'என்னங்க ஆச்சு?' என்றான் டிரைவர்.

'அட பொம்பளை விசயம்பா! என்னோட முன்னாள் காதலி! ரூபாயை வாங்கிட்டு த்ராட்டுல விட்டிருச்சு...'

கணேஷ் சிரித்தான்.

'என்ன பாஸ்?'

'அவன் மூஞ்சில கையகலத்துக்கு வெச்சியே?'

'பாஸ், இதுக்கு என்ன அர்த்தம்?'

'அவ ஆஷா இல்லை!'

'போட்டோ போலவே இருந்தாளே.'

'அதான் எனக்கு உதைக்குது. சில வேளைகளில் இந்த மாதிரி தப்பு நிகழறது உண்டு. இதில இருந்து என்ன தெரியுது?'

'போட்டோ போதாது! யாராவது நம்மகிட்ட வந்து நான்தான் ஆஷான்னு சொன்ன ஒப்பிட்டுப் பார்க்கலாமே தவிர... போட்டோவை வெச்சுக்கிட்டு நீதான் ஆஷான்னு யாரையும் முடிவுகட்ட முடியாது. சரியான அட்வென்ச்சர். நான் காலின்னு நினைச்சேன். மயிரிழை...'

திரும்ப அவர்கள் எஸ்டேட்டுக்கு வந்தபோது கொஞ்ச தூரத்தி லேயே ஜீப்பை நிறுத்தச் சொன்னான் கணேஷ். 'வா வஸந்த், கொஞ்சம் நடக்கலாம், நீ போப்பா!'

'ஏன் பாஸ்?'

'எனக்குச் சிந்திக்கணும். நீ போப்பா. அய்யாகிட்ட அரை மணில வரோம்னு சொல்லு!'

ஜீப் புகை வேகத்துடன் புறப்பட்டுச் செல்ல, எஸ்டேட்டுக்கு இன்னும் ஒரு கிலோமீட்டர் இருந்தது. வளைந்து வளைந்து ஏறும் பாதை, அடிக்கடி எஸ்டேட்டை ஞாபகப்படுத்தும் உச்சாணி பங்களா, மலைமுகட்டு மண்டபம்.

கணேஷ் பேசாமலே வந்தான்.

'என்ன யோசனை?'

'அது ஆஷா இல்லை! அவ கண்களில் இருந்த கலவரத்தில் தடுமாற்றம், பொய் எதுவும் இல்லை. எப்படி அந்த மிஸ்டேக் ஏற்பட்டது?'

'கவனக்குறைவு. பாஸ் நான் ஒரு தியரி சொல்லட்டுமா? ஒய்ல்ட்!'

'சொல்லு!'

'மேலும் ஒரு குற்றத்தைத்தான் நாம சந்திக்கப் போறோம்.'

'மத்லப்?'

'மத்லப் ஏ ஹை... கி... தாமோதர் ஆஷாவை... அடிக்க வராதீங்க சொல்லிடறேன்... தீர்த்துக்கட்டியிருக்கார்...'

கணேஷ் பதறாமல், 'சொல்லு! எப்படி சொல்லு!'

'இவ அவருக்கு துரோகம் செய்ததைக் கண்டுபிடிச்சிருக்கார். தண்டனை கொடுத்திருக்கார்.'

'என்ன துரோகம்?'

'கிரண்.'

'என்ன தண்டனை?'

'மலை முகடு!'

'மை காட்!'

கணேஷ் மவுனமானான். மெல்ல மெல்ல அவர்கள் பாதையில் செல்ல வெகு தூரத்தில் எதிரே ஒருத்தன் தெரிந்தான்.

'எல்லாம் சரிதான் வஸந்த். ஆனா அவர் அப்படிச் செய்திருந்தா, அவளைப் பத்திப் பேசுவாரா, நம்ம கிட்டயே அவ ஏன் ஓடிப் போனான்னு கண்டுபிடிக்கச் சொல்லுவாரா?'

'வெரி குட் கொஸ்சின்! ஆனா அதை நானும் யோசிச்சிருக்கேன். கைவசம் ஆன்சர் இருக்கு!'

எதிரே வந்தவன் இவர்களைப் பார்த்து நடையைத் தளர்த்தினான்.

'பாஸ்! அவர் ஏன் நம்மை இதில நுழைக்கறார்னா... அது ஒரு வித ராஸ்க்கால்நிக்காவ் ஸிண்ட்ரோம். கிரைம் அண்ட் பனிஷ்மெண்ட் படிச்சிருக்கிங்க இல்லை? ஒரு ஆளு ஒரு குற்றம் செய்துட்டா, அது அவனைத் துரத்திக்கிட்டே இருக்கும். அதைப் பத்தியே சிந்திச்சுக்கிட்டே இருப்பான். அவங்க என்ன செய்யறாங்க, எப்படிக் கண்டுபிடிக்கிறாங்க... அதையே இன்னும் கொஞ்சம் டீப்பாப் பார்த்தா அவனுக்கு உள்ளுக்குள்ள, ஸப்கான்ஷியஸா அகப்பட்டுக்கணும்னு ஒரு இச்சைகூட இருக்கும்... இல்லை, ஒரு தன்னம்பிக்கையால, ஆணவத்தால. லுக்! ஐ ஹவ் கமிட்டட் எ பர்ஃபக்ட் க்ரைம்... அற்பர்களே! உங்களுக்குத் திறமையிருந்தாக் கண்டுபிடிங்கன்னு... ஒரு அங்கீகாரம்... ஹலோ! எதிரே வரது யாரு தெரியுமா? நம்ம டிஸ்மிஸ் மேஸ்திரி!'

மேஸ்திரி இவர்களைப் பார்த்ததும் தயங்கி நின்றான்.

'ஏன் திருடினாய்? பேசாமல் விசுவாசமாக இருந்திருக்கலாம் இல்லையா?'

மேஸ்திரி அவர்கள் அருகில் வந்து, 'சார்! அது திருட்டே இல்லை, என்னைப் பேசவிடவே இல்லை. வவுச்சர் போட்டு...'

'இதப் பாரு! விவரமெல்லாம் வேண்டாம். அவர் கோபத்துக்கு உள்ளாகி விட்டாய்! தண்டனை பெற்றாய். அவ்வளவுதான். குட் பை!'

'அவரைப் போல மோசமான மனிதரைப் பார்க்க முடியாது!'

'வாஸ்தவம். உன்னை டிஸ்மிஸ் செய்துவிட்டார் அல்லவா?'

நான் அதனால் சொல்லவில்லை. அவர் வேற விதங்களில் செய்த அக்கிரமத்தைப் பற்றித்தான்... அவர் மனைவியை...'

'என்ன? அவர் மனைவியை என்ன?' என்றான் வஸந்த் சர்வ ஆர்வத்துடன்.

'உங்களுக்கு அவளைப் பார்க்கவேண்டுமா?'

'புரியவில்லை.'

'உங்களுக்கு அவள் எங்கே போனாள் என்பது தெரியவேண்டுமா?'

'என்ன பாஸ் சொல்றான் இவன்?'

'வஸந்த் இரு! இதப் பார் மேஸ்திரி, உனக்கு ஏதாவது விவரம் தெரியுமா?'

'தெரியும்! எல்லாம் தெரியும்.'

'ஆஷா எங்கே இப்ப?'

'வாருங்கள் காட்டுகிறேன்.'

கணேஷும் வஸந்தும் ஒருவரை ஒருவர் பார்த்துக்கொள்ள, 'என் பின்னால் வாருங்கள். எஸ்டேட் மெயின் கேட்டில் நுழைய முடியாது. குறுக்கு வழி இருக்கிறது. அங்கே கூட்டிப் போகிறேன்.'

'எங்கே?'

'ஆஷா இருக்கும் இடத்துக்கு!'

வஸந்த் வினோதமாகப் பார்க்க, 'வா வஸந்த், என்னதான் காட்டறான் பார்க்கலாம்.'

வஸந்த் இருதயத்தைப் பிடித்துக்கொண்டான்.

மேஸ்திரி இங்கும் அங்கும் பார்த்துக்கொண்டே, குறுக்கே ஒற்றையடிப் பாதையில் பாய்ந்தான்.

'என்னை சாட்சிக்குக் கூப்பிடாதீர்கள். என் பெயரைச் சொல்லாதீர்கள்.'

'சரி!'

மூச்சுத் திணறும் சரிவில் ஏறினார்கள். காட்டுச் செடிகளை விலக்கிக்கொண்டு சென்றான். வேலியில் கம்பியில் வெட்டுப் பட்டிருந்த இடத்தில் நுழைந்து சற்றே குனிந்து மறைந்து, சுற்று வழியில், பங்களாவிலிருந்து பார்த்தால் தெரியாத வழியில், கரடு முரடாக அழைத்துச் சென்றான். எங்கே போகிறான் என்பது சற்று நேரத்தில் விளங்கியது. மலை முகட்டுக்கு!

'என்னய்யா இங்க வந்தே?'

'இங்கேதான் இருக்கிறது ரகசியம்!'

'மலை முகட்டுக்கு இப்படி ஒரு வழி இருக்கிறதா?'

அவன் சரசரவென்று ஏறினான். அவசரத்தில் இருந்தான். கணேஷும் வஸந்தும் இரைக்க இரைக்க முகட்டுக்கு வந்து சேர்ந்தார்கள்.

அவன் மண்டபத்துக்குச் சென்று நின்றான். காற்று வீசியடித்தது. மலைக்கும் மேகத்துக்கும் எதிரே கண்ணாமூச்சி நடந்து கொண்டிருந்தது. அங்கங்கே சூரியன் வெள்ளி வினியோகம் செய்துகொண்டிருந்தது!

‘ஆஷா எங்கே போனாள் என்று கேட்டீர்களே! ஆஷா அங்கேதான் போனாள்!’

கீழே அதல பாதாளத்தைக் காட்டினான்.

‘அங்கே யாராலும் போக முடியாத புதர். மூவாயிரம் அடிச்சரிவு. நான் பார்த்தேன். பதினெட்டாம் தேதி! இரண்டு பேரும் ஒரு வருக்கொருவர் கோபமாகப் பேசிக்கொண்டே சென்றார்கள். கொஞ்ச நேரத்தில் அவள் குரல் ‘அய்யோ!’ என்று மலைகளில் எல்லாம் எதிரொலித்தது! தாமோதர் திரும்பி, தனியாக வேகமாக நடந்துவருவதைப் பார்த்தேன்.’

வஸந்த் பிரமித்துப்போய் நின்றான். ‘மை காட்!’

கணேஷ் பள்ளத்தாக்கை நோக்கி, ‘ஆஷா!’ என்று உரக்கக் கூப்பிட்டான்.

மலைகள் யாவும் ஆஷா ஆஷா ஆஷா என்றன.

‘எதற்காகக் கொன்னார்?’

‘ஒரு வாரம் முன்னால கிரண் வந்திருந்தான். இவர் பங்களூருக்கு ஆக்ஷனுக்குப் போயிருந்தார். பாதி வழியில் கார் மக்கர் செய்ய திரும்பி வந்துவிட்டார். இரண்டு பேரையும் படுக்கையில் பார்த்து விட்டார். அவளைக் கல்யாணம் செய்துகொண்டதே தப்பு. சர்வாதிகாரத்தனம்! பணத்திமிர்... உண்மை ஒருநாள் வெளி வந்துதான் ஆகவேண்டும். என்னை வேலையிலிருந்து நீக்கி விட்ட வெறுப்பினால் நான் பேசவில்லை. அந்த மனிதருக்கு தண்டனை கிடைக்கவேண்டும். அன்றைய எதிரொலி அப்பொழுதுதான் என் மனத்திலிருந்து அழியும்!’

கணேஷ் யோசித்தான். ‘நான் வருகிறேன்’ என்றான் மேஸ்திரி.

'இரு. ஒரே ஒரு கேள்வி. உனக்கு வேறு வேலை கிடைக்குமா?'

'ஏன் கிடைக்காது? இங்கே விட்டால் வேறு எஸ்டேட்!'

'மெர்க்காராவில் கோஸி நூக் என்று ஒரு எஸ்டேட் இருக்கிறதே அதில்?'

'அதில் கிடைக்காது. அதுவும் தாமோதரருடையதுதான். மெர்க்காராவில் நாலு எஸ்டேட் இருக்கிறது! பணப்பேய்! எனக்கு வேறு எவ்வளவோ இடம் இருக்கிறது. நான் வருகிறேன்! என்னைப் பார்த்தால் சுட்டுவிடுவார்!'

அவன் சரசரவென்று சரிந்து சென்றான்.

இருவரும் மெல்ல... மிக மெல்ல... பங்களாவை நோக்கி நடந்தார்கள். தாமோதரரைக் காணவில்லை...

'நீ சொன்னது சரிதான் வஸந்த்!'

'முதல் தினம் அந்த ஸாரி துண்டைப் பார்த்துமே, எனக்கு சந்தேகம் தட்டுச்சு பாஸ்! இப்ப நம்ம என்ன செய்யப் போறோம்?'

கணேஷ் நிதானமாக, 'அவர்தானே அவ எங்கே போனான்னு கண்டுபிடிக்கச் சொன்னாரு! கண்டு பிடிச்சுட்டம் இல்லை? சொல்லிடவேண்டியதுதான்!'

'மை காட்! திஸ் இஸ் த்ரில்லிங். எப்படி இதை ஹாண்டில் பண்ணப் போறீங்க?'

'பார்த்துட்டே இரு! கதை எப்படிப் போறதுன்னு பார்த்துட்டே இரு! ஆனா இன்னிக்கி ராத்திரிக்குள் இந்த விவகாரம் முடிஞ்சிடும்.'

'போலீசை வேணாக் கூப்ட்டு வெச்சுக்கலாமா?'

'தேவையில்லை வஸந்த்! லெட்ஸ் ப்ளே இட் பை தி இயர்! அவரோட நான் இன்னிக்கு இரண்டாவது ஆட்டம் ஆடப் போறேன்! அப்ப சொல்லப் போறேன். நீயும் கூட இரு!'

'எப்பவும் நான் உங்ககூடத்தான் பாஸ்!'

4

சாப்பிட்டதும் சதுரங்கக் காய்களை நிதானமாக அமைத்தார் தாமோதர். வஸந்த் உதட்டைத் துடைத்துக்கொண்டு வந்து பக்கத்தில் உட்கார்ந்தான். கணேஷ் வரக் காத்திருந்தான். 'வஸந்த்! நீங்களா விளையாடப் போறீங்க?'

'இல்லை சார். பார்க்கப் போறேன்! கேட்கப் போறேன்! பாஸ்தான் ஆடப்போறார்.'

'கேக்கப் போறீங்களா?'

'சும்மா சொன்னேன்' என்று சமாளித்தான். கணேஷ் வந்து உட்கார, 'வாங்க கணேஷ்! இந்த ஆட்டத்திலே உங்களை ஜெயிச்சே ஆகணும். உங்க ஸ்ட்ராட்டஜி எனக்குப் புரிஞ்சு போச்சு.'

'உங்க ஸ்ட்ராட்டஜியும் எங்களுக்குப் புரிஞ்சு போச்சு.'

சம்பிரதாய ஆரம்பங்கள் நிகழ்ந்தன. தாமோதர் பி கே ஃபோர் நகர்த்த கணேஷ் சிசிலியன் டிஃபென்ஸ் ஆட நினைத்து பி க்யூ பி ஃபோர் நகர்த்தினான்.

நடுவட்டார பான் ஆதிக்கத்தை முதலிலேயே எதிர்க்கும் ஆட்டம்.

'அட்டாக் பண்ணப் போறீங்க போலிருக்கே!'

'பார்த்துக்கிட்டே இருங்க' என்றான். குதிரையை கிங் பிஷப் மூன்றுக்கு நகர்த்தினார். கணேஷ் பி க்யூ த்ரீ. அவர் பி க்யூ ஃபோர் நகர்த்த வெட்டினான். அவரும் வெட்டினார். கணேஷ் ஆழமாக ஆட்டத்தில் இறங்கிவிட்டான். 'பாஸ்! எப்ப அட்டாக்கை ஆரம்பிக்கப் போறீங்க?' என்றான் வஸந்த்.

'சமயம் வரும்போது! பேசாம பாத்துக்கிட்டே வா.'

இப்போது தாமோதர் தன் காய்களை நகர்த்த அதிக நேரம் எடுத்துக்கொண்டு மிக ஜாக்கிரதையாக ஆடினார். எதையும் விட்டுக் கொடுப்பவராகத் தோன்றவில்லை. ஒன்பதாவது மூவில் காஸில் பண்ணிக்கொண்டார் ராணியின் பக்கம். கணேஷின் ராணி தரப்பு நிலைமை கொஞ்சம் பலவீனமாக இருந்தது. ராஜாவின் பக்கம்தான் அவன் காஸில் பண்ணிக்கொள்ள முடியும். இன்னும் ஆட்டம் மோசமாகிவிடவில்லை.

'கமான் பாஸ்! ஆரம்பிங்க.'

'என்ன ஆரம்பிங்கறார்? அதான் ஆரம்பிச்சாச்சே?'

'நீங்க ஆடுங்க சார்!'

அவர் ஆடிக்கொண்டே பதினொன்றாவது மூவில் கிங் பானை ஐந்தாவது கட்டத்துக்கு நகர்த்தி ராணியால் கணேஷின் யானை மேல் நேர்முகத் தாக்குதல் செய்தார். சமாளித்தான். 'ரொம்ப வயலன்ஸ் வரும் போலிருக்கே கணேஷ்' என்றார்.

'பார்க்கலாம். இன்னும் நேர்த் தாக்குதலை நான் ஆரம்பிக்கலை!'

'அதுக்கு அஸ்திவாரம் எல்லாம் போடறீங்க. தெரியுது. சீக்கிரம் முடிஞ்சுரும் போல தோணுது இன்னைக்கி... செக்!'

கணேஷ் அதை எதிர்பார்த்திருந்ததால், உடனே காப்பாற்றினான். இரண்டாம் முறை பிஷப்பைக் கொண்டுவந்தார். அபாயம்? நிலைமை கொஞ்சம் மோசமாகிக்கொண்டே வருகிறது. வஸந்த் கவலையுடன் பார்த்தான். இரண்டு செஸ் மூளைகள். ஒருவருக்கு ஒருவர் சளைத்தவரல்ல. கணேஷ் தன் குதிரையை நகர்த்தி விட்டு, 'உங்களுக்கு ஒரு நியூஸ்' என்றான்.

'என்ன?' என்றார்.

'நேற்றைக்கு நீங்க கேட்டீங்கல்ல கேள்வி. அதுக்குப் பதில் கண்டுபிடிச்சுட்டோம்!'

'யூ மீன்? ஆஷா எங்கே போயிருக்கான்னா?'

'ஆமாம்.'

'அதுக்குள்ளயா? என்ன கண்டுபிடிச்சிங்க?'

'ஆட்டம் முடியட்டும். சொல்றேன் சார்.'

'என்ன சார் இது? என் ஆர்வத்தைக் கிளப்பிவிட்டுட்டு... அதுக்குள்ளே கண்டுபிடிச்சுட்டிங்களா?'

'ஆச்சு.'

'சொல்லுங்க சொல்லுங்க!'

'ஆட்டம் முடியட்டும்.'

'இல்லை, இல்லை, ஆட்டம் எக்கேடு கெட்டுப்போகட்டும். முதல்ல சொல்லுங்க. அவ எங்க இருக்கா? யாரோட இருக்கா?'

'இல்லை சார். எல்லா ஆட்டத்தையும் சரியா ஆடணும். நீங்க என்னோட இப்ப ஒரு ஆட்டம் ஆடிக்கிட்டு இருக்கீங்க. அதை முடிச்சுட்டு, இன்னொரு ஆட்டத்துக்குப் போகலாம்.'

'இந்த ஆட்டம் முக்கியமில்லை. சொல்லுங்க! அவ எங்கே இருக்கா? எங்கே என் ஆஷா?'

'சொல்லிடட்டுமா?'

'சொல்லுங்க ப்ளீஸ்! சஸ்பென்ஸ் வேண்டாம்!'

'ஆஷா இல்லை!'

'வாட் டு யூ மீன்?'

'மிஸ்டர் தாமோதர். உங்களுக்கு ஒரு சான்ஸ் தர விரும்புகிறேன்.'

'எதுக்கு?'

'உண்மையைச் சொல்றதுக்கு' என்றான் வஸந்த்.

‘உண்மையா? அதான் சொன்னேனே! அதான் உண்மை!’

‘இல்லை, உண்மையை நாங்க கண்டுபிடிச்சுட்டோம். நீங்களா ஒப்புக்கிட்டா, கொஞ்சம் சிக்கல்களைத் தவிர்க்கலாம்!’

‘என்ன சொல்றீங்க? புரியவே இல்லை!’

‘புரியாத மாதிரி பாவனை பண்ணினா புரியாதுதான்’ என்றான் வஸந்த்.

‘என்ன சொல்றீங்க? கமான் அவுட் வித் இட் - டோன்ட் பி ஸில்லி. நீங்க சொல்றதைப் பார்த்தா, நான் ஏதோ குற்றம் பண்ணிட்டேன்னு சொல்வீங்க போலிருக்கு.’

‘ஆல்ரைட். நீங்களா ஒப்புத்துக்க மாட்டிங்க. உங்ககிட்ட நாங்க கண்டுபிடிச்சதைச் சொல்லித்தான் ஆகணும் போலிருக்கு! மிஸ்டர் தாமோதர் யுர் கேம் இஸ் அவுட். நீங்க தோத்துட்டீங்க!’

‘எந்த கேம்? செஸ்ஸா?’

‘இல்லை. உங்க மனைவியைப் பத்தி எங்ககிட்ட நீங்க விளையாடின அந்த விளையாட்டு!’ கணேஷ் நிதானமாக நாற்காலியில் சாய்ந்துகொண்டான். ‘வஸந்த், நீயும் இதைக் கேளு. கவனமாக் கேளு. சார் என்னோட செஸ் ஆட்டம் மட்டும் ஆட விரும்பி, நம்மைக் கூப்பிடலை. மற்றொரு ஆட்டம். விபரீத ஆட்டம், அபாயகரமான ஆட்டம் ஆடியிருக்கார். எதுக்கு? நம்மைவிட சார் புத்திசாலின்னு நிரூபிக்கறதுக்கு! ‘நீ பெரிய வக்கீலா இருக்கலாம். எல்லாரும் உன்னைப் புகழலாம். ஆனா உன்னை என்னால ஏமாற்ற முடியும்’னு நிரூபிக்கறதுக்கு! ஒரு பொய் சொன்னார் சார்! அவ்வளவு சுலபமில்லை. இட்ஸ் நாட் ஈஸி சார்!’

‘என்ன சொல்றீங்க?’

‘உங்க மனைவி ஆஷாவை நீங்க கொன்னுட்டீங்க! மலை முகட்டில இருந்து தள்ளி விட்டுட்டீங்க. அவ கிரண்கிற ஒருத்தன் கூட காதல் செய்தா. கல்யாணம் ஆன பிற்பாடும் அவனோட சிநேகிதத்தைத் தொடர்ந்தா. அவங்க ரெண்டு பேரையும் படுக்கையில் பார்த்திருக்கீங்க. கோபம் வந்து ஆஷாவை மலை முகட்டுக்கு அழைச்சுட்டுப் போயி அவளைத் தள்ளிவிட்டுட்டீங்க. மூவாயிரம் அடி அதலபாதாளத்தில் இதுவரை மனிதச் சுவடே அறியாத பள்ளத்தாக்கில் விழுந்திட்டா!’

தாமோதர் அதைக் கேட்டதும் மெல்ல மெல்ல ஆரம்பித்து பெரிதாகச் சிரிக்க ஆரம்பித்தார்...'வாட் ஃபண்டாஸ்டிக்...'

'ஒரு நிமிஷம் மிஸ்டர் தாமோதர்! நான் சொல்றதை முழுக்கக் கேட்டுட்டு சிரிங்க, என்ன?'

'அதான் அதான் சொல்லியாச்சே!'

'இன்னும் நான் முடிக்கலை! நான் இதுவரை சொன்னதெல்லாம் நடந்ததா என்னை நம்ப வைக்கறதுக்குத்தானே இந்த நாடகம்? இந்த வினோத ஆட்டம்?' என்றான் கணேஷ் நிதானமாக.

அவர் சிரிப்பு பாதியில் நின்றது.

'பாஸ்! என்ன சொல்றீங்க?'

'வஸந்த் நீயும் ஏமாந்துட்டே! நான் ஏமாறலை! சார் சொன்ன தெல்லாம் பொய். எல்லாம் நம்ம ரெண்டு பேரோட அவர் விளையாடின இன்னொரு ஆட்டம்!'

'என்ன பாஸ் சொல்றீங்க?'

'சிரிங்க சார்! ஏன் சிரிப்பை நிறுத்திட்டீங்க? ஹாட்ஸ் ஆஃப் டு யூ! யூ அல்மோஸ்ட் டுக் மி. நானும் ஏமாறத்தான் இருந்தேன்!'

'பாஸ், புரியவே இல்லையே?'

'மரமண்டை! ஆஷான்னு ஒருத்தரும் கிடையாது. ஆஷாங்கறது அந்த மலைல கேட்ட எதிரொலி மாதிரி ஒரு சப்தம். அவ்வளவு தான். சாருக்குக் கல்யாணமும் ஆகலை. ஒரு எழவும் இல்லை. நம்மை ஃபூல் பண்ண முயற்சித்திருக்கார்!'

'என்னது!'

'என்ன சார், நல்லாத்தான் எல்லாக் காட்சிகளையும் அமைச்சீங்க. முதல்ல அகஸ்மாத்தா உங்க டிரைவர் அதைப் பத்தி ஆரம் பிக்கிறான். 'அய்யாவுக்கு ஒரு சம்சாரம் இருந்தது. அவ ஓடிப் போய்ட்டா.' காஷுவலா அவனைச் சொல்ல வச்சீங்க. எதுக்கு? எங்க க்யூரியாஸிட்டியைக் கிளப்பறதுக்கு.

'இங்கே வந்து சேர்ந்ததும் உங்க டேபிள்ல படம், அப்பப்போ உங்க மனைவியைப் பத்தி தற்செயலாச் சொல்றமாதிரி

குறிப்புகள்... மைகாட்! ரொம்ப நிஜமா, ரொம்ப நம்பக்கூடியதா, அந்த பிம்பத்தை ஏற்பாடு பண்ணிணீங்க. அப்புறம் அந்த அறை! அதுவும் அகஸ்மாத்தா எங்க அறைக்கு பக்கத்திலேயே பாத்ரூம் வழியா அணுகக் கூடியதா வெச்சிங்க. அதில் பெண்மை மிளிர ராப்பலே எத்தனையோ சாதனங்களை அமைச்சீங்க. அப்புறம் மாஸ்டர் ஸ்ட்ரோக்!

'அந்த மலை முகட்டில் முள்ளில் சிக்கிக்கிட்டிருந்த புடைவைத் துண்டு! ஒரு எலிமண்ட் ஆஃப் சஸ்பென்ஸ் கொண்டு வந்தீங்க, எங்க ஆர்வத்தைக் கிளப்பி விட்டீங்க! வஸந்த் எஸ்டேட்டுக்குப் போறான், மேஸ்திரி அந்தப் பெண்ணைப் பத்தி பேசவே பேசா தேங்கறான்! இன்னும் எங்க ரத்தத்திலே ஆர்வம் ஏறுது.

'அதுக்கப்புறம் நேத்து ராத்திரிக் காட்சி! குடிச்சிட்டு நீங்க காட்டின தன்னிரக்கம். அவளைப்பத்தி இயல்பா ரொம்ப இயற்கையா, ஒவ்வொன்னா வந்த விவரங்கள். அப்புறம் நீங்க எங்களைக் கேட்ட அந்தக் கேள்வி. எங்களை இன்வால்வ் பண்ணறதுக்கு முன்பே தயாரிச்சுட்டு, தக்க சமயத்திலே கேட்ட கேள்வி! அதுவரைக்கும் நான் நம்பிட்டுத்தான் இருந்தேன். மிஸ்டர் தாமோதர்! அதுவரைக்கும் நீங்க அமைத்த கவர்ச்சி வலையிலே மெல்ல மெல்ல இறுகிக்கிட்டுத்தான் இருந்தேன். ஸ்கூலுக்குப் போக, ஹெட்மிஸ்ட்ரஸ் ஒரு கவிதை போல அவ துன்பத்தை வர்ணிக்கிறாங்க. நல்லா தயார்ப்படுத்தி வெச்சீங்க. 'அவங்க வந்து இன்ன இன்ன கேப்பாங்க. இன்ன இன்னது சொல்லு. இதுக்கு மேலே சொல்லாதே!' டிரைவர், ஸ்கூல் டீச்சர், இன்னும் யார் யாரை இந்த நாடகப் பாத்திரங்களா உபயோகிச் சிருக்கீங்க! லெட் மி ஸீ! மேஸ்திரி! ப்யூட்டிஃபுல்! காலைல அவனை டிஸ்மிஸ் பண்ணுகிறமாதிரி சத்தம் போட்டு உங்க மேலே ஒரு வெறுப்பை நியாயப்படுத்தி, அவன் என்கிட்ட வந்து ஆஷாவை மலை முகட்டில் இருந்து தள்ளிவிட்ட குரூரமான செய்தியைப் போற போக்கில் சொல்ல வெச்சு... பிரமாதம்! ரொம்ப நல்லா ஆடினீங்க, சூப்பர்ப்!' கணேஷ் கையைத் தட்டினான்.

'வஸந்த் வாய் பிளந்த வண்ணம், 'மை காட், நான் எல்லாத் தையும் முழுங்கிட்டேன் பாஸ்! எப்படி... எப்படி நீங்க?'

'முதல்ல தாமோதர் பதில் சொல்லட்டும், என்ன சார் சொல்றீங்க? இந்த ஆட்டத்தில்... செக் அண்ட் மேட் இல்லையா, சொல்லுங்க?'

தாமோதர் தலை குனிந்து ஏதோ கெட்ட காரியத்தில் அகப்பட்ட சிறுவன்போல் தாழ்வாகப் பார்த்து, 'வஸந்த்! கணேஷ் சொன்னதுதான் நிஜம்! தேர் இஸ் நோ ஆஷா! கணேஷ் என்னை மன்னிச்சுருங்க. நான் உங்களை புத்திசாலித்தனமா ஏமாத்த முடியும்னு நினைச்சேன். உங்க ஹாலிடேயைக் கெடுத்ததுக்கு...'

'கெடுக்கலை. இட் வாஸ் எ ரிப்ரஷிங் டீஸர் ஃபார் மி. வஸந்த்! என்ன, வாய் திறந்தே இருக்கு?'

'எப்படி பாஸ்? எப்படிக் கண்டுபிடிச்சீங்க? எனக்கு அந்த மாதிரி சந்தேகமே வரலையே, ச்சே!'

'நானும் கேக்கணும்னு நினைச்சுக்கிட்டிருந்தேன். கணேஷ் எந்த எந்த இடத்தில் நான் தப்பு பண்ணினேன். சொல்லுங்க. ஆட்டம் ரொம்ப நுட்பமா சிந்திச்சு எட்டு மாசமா ப்ளான் போட்டு மேஸ்திரியையும், டீச்சரையும், டிரைவரையும் ட்ரெய்ன் பண்ணி, எல்லாம் சரியாத்தான செஞ்சேன்?'

'செஞ்சீங்க. சின்னச் சின்ன விஷயங்களில் கோட்டை விட்டுட்டீங்க.'

'எங்க எங்க?'

'முதல்ல அந்த ஆஷாவோட அறை, அதில் ரொம்ப சாமர்த்தியமா புடைவை, ஜீன்ஸ், செமிஸ், ரவிக்கை எல்லாம் வெச்சிருந்திங்க, பர்ஃப்யூம் மணத்தோட! ஆனா, வஸந்த் இதை நீ பார்த்திருப்பேன்னு நினைச்சேன். அந்த கப்போர்டில எத்தனை ப்ரேஸியர் இருந்தது.'

'ரெண்டு! சைஸ்கூட பார்த்தேனே!'

'ஒரு ப்ராவோட சைஸ் பார்த்தே. முப்பத்தாறு! இன்னொண்ணைப் பார்த்தியா?'

'இல்லை!'

'முப்பத்திரண்டு! ரெண்டு சைஸ் பிராவா? எனக்கு முதல்ல அதான் உதைச்சுது! அப்புறம் அந்தக் கடிதங்கள் ரெண்டு. கிரண் எழுதினதா வெச்சிருந்த கடிதங்கள்! கவர், போஸ்ட் மார்க்

எல்லாம் சரியாத்தான் இருந்தது. ஆனா ஏன் சார் அந்த கடிதங்களை உங்க கையெழுத்தில் எழுதினீங்க?'

'மை காட்.'

'அந்த நோட்டுப் புத்தகத்தில் 'டு ஆஷா வித் லவ்'னு ஒரு பிறந்த நாள் செய்தி முன்பக்கத்தில் எழுதியிருந்தீங்களே, அந்தக் கையெழுத்தும் கடிதங்களில் உள்ள கையெழுத்தும் ஒரே மாதிரி இருந்தது. குறிப்பா நீங்க போடற 'டி' ரொம்ப வினோதம். எட்டு மாதிரி வளைஞ்சு மேல் க்ராஸ்கூட சேர்ந்துக்குது. தவறாம ரெண்டு கையெழுத்தும் ஒண்ணுதான்னு தெரிஞ்சுது. அதில ஒரு சின்ன மிஸ்டேக் பண்ணிட்டீங்க. இருந்தும் அப்பவும் இது எல்லாம் நாடகம்னு எனக்குத் தோணலை. அவளை ஏதோ செய்துவிட்ட குற்றத்துக்காக, ஒரு கற்பனைக் காதலனை உருவாக்கி இருக்கீங்களோன்னு சிந்திச்சேன்.

'அவ அப்பா அம்மா அட்ரஸ் கேட்டபோது தயங்காமக் கொடுத்தீங்க. வெரி குட். நீங்க கொடுத்த அட்ரஸ் உங்க இன்னொரு எஸ்டேட்ல, கோஸி நூக்ல, நிச்சயமாப் பூட்டியிருக்கும்னு உங்களுக்குத் தெரிஞ்சிருக்கிற வீடு!'

'கோஸி நூக் என்னதுன்னு...'

'மேஸ்திரியைத் தற்செயலாக் கேக்கற மாதிரி கேட்டேன். சொன்னான். அப்புறம் அந்த போட்டோவை நீங்க மெர்க்காராவில் ஒரு போட்டோ ஸ்டூடியோவில் தேர்ந்தெடுத்திருக்கீங்க. நல்ல போட்டோ.

'என்னாச்சு பாருங்க. நாங்க மெர்க்காரா போனமா, அங்க அந்த போட்டோவுக்கு உரிய பெண்ணைப் பார்த்துட்டோம். உடனே ஆஷாவைக் கண்டுபிடிச்சுட்டதா நினைச்சு அவளைப் பின் தொடர்ந்தோம். வி மேட் எ ஃபூல் ஆஃப் அவர்ஸெல்வ்ஸ். ஆஷா ஆஷான்னு கூப்பிட்டுக்கிட்டு சந்தில அவளைத் துரத்தினோம். அவ என்ன பண்ணா? போட்டோ ஸ்டூடியோவுக்குள்ள போயிட்டா. அவ அண்ணனையோ யாரையோ ஸ்டூடியோவுக்கு உரிமையாளனைக் கூப்ட்டு கலாட்டா நடந்தது. தப்பிச்சு வந்தோம்.

'எனக்கு இது ஒட்டலை. முதல்ல ஆள் மாறாட்டம்னு நினைச்சேன். இல்ல, ஆஷா பழைய வாழ்க்கையை மறக்க விரும்பி தன்னை ஆஷான்னு கூப்பிட்டா திரும்பிப் பார்க்க மாட்

டேங்கிறான்னு நினைச்சேன். அல்லது அவளோட ரெட்டை கிட்டையா இருக்குமோன்னு அப்படி ஒரு சந்தேகம் வந்தது. அப்புறம் பளிச்சுனு ஒரு விஷயம் புரிஞ்சுபோச்சு. போட்டோ ஸ்டுடியோவில் நீங்க காண்பித்த அதே முழு வடிவப் படம் இருந்தது. அதில என்லார்ஜ் பண்ணி எடுத்ததுதான் இந்த க்ளோஸ்-அப்பும்! ஆகவே ஸாரி மிஸ்டர் தாமோதர்! சுவாரஸ்யமா எங்ககூட இந்த ஆட்டத்தை ஆடினீங்க. மூணு சின்ன விஷயத்தில் கோட்டை விட்டுட்டீங்க. ப்ரா, கடிதத்தில் கையெழுத்து, போட்டோ! இவற்றை மட்டும் சரியா கவனிச்சிருந்திங்கன்னா நிச்சயம் நான் ஆடிப்போயிருப்பேன்.'

'பாஸ்! நான் இப்பவே ஆடறேன். என்னா மூளை! என்னா மூளை! சின்ன வயசிலே காட் லிவர் ஆயில் ஜாஸ்தி சாப்பிட்டீங்களா...'

'கணேஷ், உங்களை ஏமாத்த முயற்சித்ததுக்கு என்மேல் கோபம் இல்லையே?'

'சேச்சே! இதைவிட சுவாரஸ்யமா நான் என்னுடைய விடுமுறையைக் கழிச்சிருக்க முடியாது! நான் உங்களுக்கு தாங்க்ஸ் தான் சொல்லணும். ஆட்டத்தைத் தொடரலாமா?'

வஸந்த் சோகத்துடன், 'நான் தோத்துட்டேன் பாஸ்!' என்றான்.

'ஒண்ணே ஒண்ணு ஞாபகம் வெச்சுக்க வஸந்த்! மிஸ்ட்ரஸ்ட் தி ஆப்வியஸ்!'

'நான் என்னவோ போலீஸ், ராவோட ராவா அரஸ்ட், அப்படி எல்லாம் நினைச்சுக்கிட்டு இருந்தேன்! சக்கையா ஏமாத்தினதுக்கு சின்னதா ஒரு ஸ்காட்ச் உபயமானாத் தேவலை!'

'பை ஆல் மீன்ஸ்! கணேஷ் நீங்க?'

'எப்போதும்போல ஒயின்தான்! அதுக்கு மேல தாங்காது. கோப்பைகள் உயர்த்தப்பட்டபோது கணேஷ், 'சியர்ஸ்! ஆஷா!' என்றான்.

'இனிமே நிசமா ஒரு ஆஷாவைத் தேடிவைங்க சார், எஸ்டேட்டில வகை வகையா இருக்கு சார்! காவேரின்னு ஒரு பொண்ணு! மேஸ்திரி சிஸ்டர்! நின்னு விளையாடுவது! ஸ்டாண்டிங் அண்ட் ப்ளேயிங்!'

'ஆரம்பிச்சுட்டியா? முதல்ல பெட்ரோல் ஊத்துரா!'

'சியர்ஸ்.'

'கண்ணாடிக் கோப்பைகள் உற்சாகமாகக் கிளிங்கின.
